તાલુકા પંચાયતમાં સભ્યોની ભૂમિકા

:: Author ::

Dr. Rakesh D. Bhedi

(M.A.,M.phil.,G-SET., Ph.D)

PUBLISHED BY

Hemchandracharya International Publishing House
HQ. At & Po. Chaveli., Ta- Chansma,
Dist- Patan, North Gujarat, India, Asia.
www.iphouseindia.com

First Publication: 11TH FEBRUARY, 2015

Copyright: Author

(c) **Dr. Rakesh D. Bhedi**

ISBN:- 978-15-08712-24-4

Price: Rs.750/- INDIA
$ 15 OUTSIDE INDIA

PUBLISHED BY

Hemchandracharya International Publishing House
HQ. At & Po. Chaveli., Ta- Chansma,
Dist- Patan, North Gujarat, India, Asia.
www.iphouseindia.com

પ્રસ્તાવના :

આઝાદી બાદ ગામડાઓમાં લોકોનું સ્વશાસન સ્થપાય અને સમગ્ર ભારતમાં લોકશાહી વ્યવસ્થા સફળ બને તે માટે પંચાયતીરાજ કાર્યન્વિત થયું છે. જેમાં જિલ્લા, તાલુકા અને ગ્રામકક્ષાએ અનુક્રમે જિલ્લાપંચાયત, તાલુકાપંચાયત અને ગ્રામપંચાયત જેવું વહીવટી માળખું ગોઠવવું અને તેણે ગ્રામીણ સમાજનો વિકાસ અને સામાજિક પરિવર્તન લાવવામાં મહત્ત્વની ભૂમિકા ભજવી છે.

મહાત્મા ગાંધીજીએ પંચાયતીરાજની સ્પષ્ટ રૂપરેખા રજૂ કરતાં કહ્યું છે કે, ''ગ્રામ સ્વરાજય અને પંચાયતીરાજનો મારો આદર્શ એ છે કે દરેક ગ્રામ એક સંપૂર્ણ ગણરાજય હોય, પોતાની જરૂરી વસ્તુઓ માટે તે પોતાના પડોશીઓ પર નિર્ભર ન રહે, છતાં અન્ય બાબતમાં પરસ્પર નિર્ભરતા અનિવાર્ય છે. એટલે કે દરેક ગ્રામપંચાયતનું પહેલું કાર્ય ખાવા માટે અન્ન, પહેરવા માટે કપડાંનો યોગ્ય પ્રબંધ કરવો તે છે. પશુઓ માટે ઘાસચારો, રમત-ગમત અને મનોરંજન માટે મેદાનો પંચાયતની પોતાની નાટયશાળા-પાઠયશાળા હોવી જોઈએ. સ્વચ્છ પાણી માટે જળાશયોની વ્યવસ્થા તેમજ પ્રાથમિક શિક્ષણ ફરજિયાત હોવું જોઈએ. ગામડાનું શાસન ગામની વ્યકિતઓ દ્વારા સંચાલિત થશે. તેની ચૂંટણી દરેક પાંચ વર્ષ ગામના બધા જ પુખ્તવયના માણસો દ્વારા થશે. વ્યકિત પોતાની સરકાર પર શાસન કરે છે. કારણ કે દરેક ગ્રામવાસીઓનો નિયમ એજ હશે કે તે પોતાની ગામની પ્રતિષ્ઠાના સ્થાન માટે પોતાનું જીવન સમર્પણ કરવા હંમેશા તૈયાર રહેશે.'' ગાંધીજીના મતે આને જ પંચાયતીરાજ કહેવાય. ટૂંકમાં પંચાયતીરાજ એટલે સત્તાનું વિકેન્દ્રીકરણ લોકશાહી માર્ગ સામૂહિક વિકાસનાં કામો કરવાની સત્તા સંભાળતા, લોકો દ્વારા ચૂંટાયેલી પંચાયતોની વ્યવસ્થા એટલે પંચાયતીરાજ.

દેશભરમાં સૌ પ્રથમ રાજસ્થાન, આંધ્રપ્રદેશ અને તમિલનાડુમાં ૧૯૫૮ માં અને ૧૯૬૧માં મહારાષ્ટ્ર, બિહાર, પંજાબ, હરિયાણા, ઉત્તરપ્રદેશ અને ગુજરાતમાં પંચાયતીરાજની શરૂઆત થઇ. વર્તમાન સમયમાં આદિવાસી પુરૂષો અને મહિલાઓ સ્થાનિક પંચાયતો જેવી કે ગ્રામપંચાયતો, તાલુકાપંચાયત અને જિલ્લા પંચાયતમાં સત્તાસ્થાનમાં સહભાગી થયાં છે. ખાસ કરીને તાલુકાપંચાયતમાં ગ્રામીણ પુરુષ અને મહિલાઓ પંચાયતમાં સભ્ય તરીકે સ્થાન પ્રાપ્ત કર્યું છે. માટે તાલુકાપંચાયતમાં ગ્રામીણ નેતૃત્વ વિકસશે. આવી વસતુસ્થિતિ એક મહત્વની સામાજિક ઘટના તરીકે સામાજિક મનોવૈજ્ઞાનિકોનું ખાસ કરીને સમાજશાસ્ત્રીઓનું ધ્યાન ખેંચે છે. પંચાયતીરાજની સંસ્થાઓમાં મહિલા સભ્યોની ભૂમિકા પર અનેક અભ્યાસો થયાં છે, પરંતુ ખાસ કરીને તાલુકાપંચાયતમાં પુરૂષ અને મહિલા સભ્યો અંગેના વ્યવસ્થિત અને વૈજ્ઞાનિક અભ્યાસો નહિવત છે. પરિણામે આ સંદર્ભમાં તાલુકાપંચાયતમાં સામેલ સભ્યોની કામગીરી અને સમસ્યાઓ અંગેનો એક સમાજશાસ્ત્રીય અભ્યાસ સમાજશાસ્ત્રીય પરિપ્રેક્ષ્યમાં સમજવા માટે પ્રસ્તુત અભ્યાસ કરવામાં આવ્યો હતો.

પ્રસ્તુત અભ્યાસ ગુજરાત રાજયના દાહોદ અને પંચમહાલ જિલ્લાના ૨૫૦ તાલુકા પંચાયતના સભ્યોને પસંદ કરવામાં આવ્યા હતા. તેમની પાસેથી મુલાકાત અનુસૂચિ અને મુલાકાત પદ્ધતિનો ઉપયોગ કરી પ્રાથમિક માહિતી મેળવવામાં આવી હતી. આ સભ્યોની કામગીરી અને સમસ્યાઓ અંગે ઝીણવટપૂર્વક માહિતી મેળવવા માટે નિરીક્ષણ અને સહભાગી અવલોકન પદ્ધતિનો પણ પ્રસ્તુત અભ્યાસમાં ઉપયોગ કરવામાં આવ્યો હતો. એકત્રિત કરાયેલી માહિતીનું વર્ગીકરણ

કરી નીચે મુજબના પ્રકરણોમાં સમગ્ર અહેવાલને પ્રસ્તુત કરવામાં આવ્યો હતો.

૧. સંશોધન આયોજન

૨. સંશોધન ક્ષેત્રનો પરિચય

૩. પંચાયતીરાજનો ઉદ્ભવ, વિકાસ અને વહીવટી માળખું

૪. ઉત્તરદાતાઓની સામાજિક, આર્થિક પાર્શ્વભૂમિકા

૫. ઉત્તરદાતાઓની કામગીરી અને સમસ્યાઓનું વિશ્લેષણ

૬. સારાંશ, તારણો અને સૂચનો

સંશોધન ક્ષેત્રનો પરિચય

પ્રસ્તાવના :

સંશોધન યોજનામાં સંશોધન ક્ષેત્ર મહત્વનું પાસું છે. સંશોધન કરવા માટે ચોકકસ ભૌગોલિક ભૂમિકાની જરૂર પડે છે. એટલું જ નહી સમાજ, સંસ્કૃતિ અને માનવવર્તનના ઘડતરમાં ભૌગોલિક પરિસ્થિતિની નોંધપાત્ર અસર થાય છે. વળી આ અંગેની સ્પષ્ટતા કરવાથી સંશોધન ક્ષેત્રની હદમર્યાદા નિર્ધારિત થાય છે. આથી સંશોધન યોજનામાં સંશોધન ક્ષેત્રનો પરિચય અનિવાર્ય બની રહે છે. સંશોધન ક્ષેત્ર એટલે કે પ્રસ્તુત સંશોધન માટે સંશોધન વ્યાપવિશ્વ તરીકે ગુજરાત રાજયના દાહોદ અને પંચમહાલ જિલ્લાને લક્ષમાં રાખવામાં આવેલ છે. જેની વિગતે માહિતી નીચે મુજબ છે.

ભારત અંગે પ્રાથમિક માહિતી :

ભારત દેશના પૌરાણિક નામો ભારત વર્ષ, હિન્દુસ્તાન, ભરત ખંડ, ભરત ભૂમિ, આર્યાવર્ત, સપ્તસિંધુ, ઉત્તરાખંડ કે દ્રાવિડ દેશ વગેરે હતાં. કુદરતે ભારતને બધી જ જાતની વિવિધતા આપી છે. અહીં કોઇક વિસ્તાર એવો છે જયાં દરરોજ વરસાદ વરસે છે અને કેટલોક વિસ્તાર એવો છે જયાં બિલકુલ વરસાદ પડતો નથી. અહીં બર્ફીલી પર્વતમાળાઓ છે, સૂકા રણો છે, શંકુદ્રુમ જંગલો, ફળદ્રુપ જમીન છે, ઘાસના મેદાનો છે, નદીઓ છે, સરોવરો છે, તળાવો છે, વળી ઋતુઓ પણ ખૂબ નિયમિત રીતે શરૂ થાય છે. અહીં સર્વોચ્ચ જીવનધોરણ ધરાવતી પ્રજા પણ છે તેમજ આદિમાનવનું જીવન વિતાવતી આદિપ્રજા પણ છે. કુદરતી ખનિજોમાં પણ વિવિધતા જોવા મળે છે. તદ્ઉપરાંત લોકો અનેક જુદી જુદી ભાષાઓ બોલે છે. તેમની લેખન પદ્ધતિઓ પણ

અલગ અલગ છે. જુદી જુદી જાતિઓ છે અને દરેક જુદાં જુદાં પ્રકારના ધર્મો પાળે છે.

ભારતની વસ્તી ૧૦૨ કરોડને આંબી ગઇ છે, વિશ્વમાં તે વસ્તીની દ્રષ્ટિએ બીજો ક્રમ ધરાવે છે. ભારતની જમીનના ક્ષેત્રફળની દ્રષ્ટિએ વિશ્વમાં તેનું સ્થાન સાતમું છે. તેની વસ્તીની ગીચતા ૨૭૮ ચો.કિ.મી. છે.

સ્થાન, સરહદ અને વિસ્તાર :

ભારતનું સ્થાન પૃથ્વી પર ઉત્તર ગોળાર્ધમાં પૂર્વ તરફ છે, જે ૮°૪ થી ૩૭°૬ અને અક્ષાંશ અને ૬૮°૭ થઇ ૯૭°૨૫ ઇ રેખાંશ વચ્ચે આવેલ છે. ભારતની ઉત્તર-દક્ષિણ લંબાઇ ૩૨૧૪ કિ.મી. અને પૂર્વ-પશ્ચિમ લંબાઇ ૨૯૩૩ કિ.મી. છે. તેનું કુલ ક્ષેત્રફળ ૩૨૮૭૨૬૩ ચો.કિ.મી. છે. બંગાળ ઉપસાગરમાં આવેલા આંદામાન નિકોબાર અને અરબી સમુદ્રમાં આવેલા લક્ષદ્વીપ ટાપુઓ પણ ભારત હસ્તક છે. ભારતને સમૃદ્ધ દરિયા કિનારો લાગેલો છે. જે ૭૫૧૬.૫ કિ.મી. લંબાઇ ધરાવે છે. તેની ભૂ-સીમા ૧૫,૨૦૦ કિ.મી. છે. તેની પશ્ચિમે પાકિસ્તાન અને અફઘાનિસ્તાન, પૂર્વ બાંગ્લાદેશ અને મ્યાનમાર, ઉત્તરે ચીન, તિબેટ, નેપાળ, ભૂતાન અને દક્ષિણે શ્રીલંકા આવેલા છે. જે દરિયામાં પાલ્કની સામુદ્રધુની અને મન્નારના અખાત દ્વારા ભારતથી અલગ પડે છે. ઉત્તરમાં હિંદકુશ પર્વતમાળાથી શરૂ કરી પૂર્વમાં છેક લુશાઇ પર્વતમાળા સુધી અનેક પર્વત શૃંખલાઓ આ સરહદના ભાગરૂપ છે. પ્રાચીન કાળથી આ કુદરતી સીમા પસાર કરવા જુદા ઘાટનો ઉપયોગ થતો આવ્યો છે, જેમાં ખેબરઘાટ, કારાકોરમઘાટ ખૂબ પ્રખ્યાત છે. આ પર્વતમાળાથી આપણી સરહદનું સલામત રીતે આરક્ષણ થાય છે.

જમ્મુ અને કાશ્મીર ભારત સાથે જોડાયેલું ગણાવા છતાં તેની અડધા ઉપરાંતની જમીન પાકિસ્તાને અનધિકૃત રીતે પચાવી પાડેલો છે. કુદરતી વનરાજી અને પ્રવાસન આવકના કારણે હજી પણ પાકિસ્તાન કાશ્મીરનો વધુને વધુ ભાગ પચાવવાની દાનત રાખી રહેલ છે અને તેથી સરહદ ઉપર પાકિસ્તાન હજી પણ અડખલા ચાલુ જ રાખી રહ્યું છે.

ભારતની ફરતે દરિયા કિનારો આવેલા હોવાથી કાંઠાનો જળવિસ્તાર ૨૮ લાખ ચો.કિ.મી. જેવો થવા જાય છે. આ દરિયાકાંઠાને લીધે જળમાર્ગ માટે મુખ્ય ૧૧ બંદરો ભારતની પાસે છે. જે જળમાર્ગે વિદેશો સાથે માલસામાનની હેરફેર માટે અતિ મહત્વના છે, વળી બીજા કેટલાક ૧૩૯ જેવાં નાના બંદરો પણ ભારત પાસે છે.

રાજયો :

રાજકીય દ્રષ્ટિએ ભારતને જુદા જુદા રાજયો અને કેન્દ્રશાસિત પ્રદેશોમાં વિભાજીત કરવામાં આવ્યું છે. ભારતમાં આવા ૨૮ રાજયો અને ૭ કેન્દ્રશાસિત પ્રદેશો અસ્તિત્વ ધરાવે છે. દરેક રાજય અને કેન્દ્રશાસિત પ્રદેશને પોતાનું પાટનગર કે વડુમથક હોય છે. ભારતનું વડુ મથક દિલ્હી છે. અર્થાત ભારતની રાજધાની દિલ્હી છે. કેન્દ્ર સરકાર ભારતમાં રાજય વહીવટ કરે છે. અને રાજય સરકાર રાજયો પરની રાજય વહીવટની જવાબદારી સંભાળે છે. રાજય અને કેન્દ્ર પારસ્પરિક સંબંધોથી જોડાયેલા હોય છે.

ગુજરાત રાજયનો પરિચય :

ગુજરાત એ પશ્ચિમ ભારતમાં આવેલાં રાજયોમાંનું એક છે. સને ૧૯૬૦ની પહેલી મેં એ તે એક અલગ રાજય તરીકે અસ્તિત્વમાં આવ્યું. અગાઉ તે દ્વિભાષી મુંબઈ રાજયનો એક ભાગ હતું. તે ભારતના પશ્ચિમ કિનારે ૨૦.૧ થી ૨૪.૭ ઉત્તર અક્ષાંશ વચ્ચે અને ૬૮.૪ થી ૭૪.૪ પૂર્વ રેખાંશ વચ્ચે આવેલું છે. તેની ઉત્તરે અને ઈશાને રાજસ્થાન, પૂર્વે મધ્યપ્રદેશ, દક્ષિણ અને નૈઋત્યે મહારાષ્ટ્ર, પશ્ચિમે અને દક્ષિણે અરબી સમુદ્ર અને વાયવ્યે પાકિસ્તાન આવેલું છે.

ભારતીય ઉપખંડના પશ્ચિમ પ્રદેશમાં તે સમયના મુંબઈ રાજયનું વિભાજન થતાં ગુજરાતના નવા રાજયનો જન્મ ૧૯૬૦ના મે ની પહેલી તારીખે થયો. હડપ્પા સંસ્કૃતિના દિવસો દરમ્યાનની લાંબી ઐતિહાસિક અને સાંસ્કૃતિક પ્રણાલીનો વારસો ગુજરાતને સાપડયો છે. અમદાવાદ જિલ્લામાં લોથલ ખાતે મળેલા પ્રાચીન અવશેષો પરથી આધારભૂત રીતે આ વાત પૂરવાર થાય છે. પુરાણોમાં જણાવ્યા પ્રમાણે હિંદુ દેવતાઓના એક અવતાર તરીકે ભગવાન શ્રીકૃષ્ણ દ્વારકામાં રાજય કરતા હતા અને

કહેવાય છે કે પ્રખ્યાત તીર્થધામ તરીકે જાણીતા સોમનાથની નજીક આવેલા દેહોત્સર્ગ ખાતે તેમનો દેહવિલય થયો હતો. સ્વાતંત્ર્ય પ્રાપ્તિ પહેલાં ગુજરાતના જુદા જુદા પ્રદેશોમાં લાંબા સમય સુધી અલગ અલગ રાજવીઓના વંશજો અને ઠાકોરોનું શાસન હતું. આધુનિક સમયમાં ગુજરાતના બે પનોતા પુત્રો મહાત્મા ગાંધી અને સરદાર વલ્લભભાઇ પટેલે ભારતના ઈતિહાસને એવો દિશાવળાંક આપ્યો છે કે ગુજરાતનું નામ ભાવિ પેઢીઓ માટે સદાય અવિસ્મરણીય બની રહેશે. હૂણ પ્રજા સાથે ભારતમાં પ્રવેશેલી 'ગુર્જર' નામની વિદેશી જાતિનો પ્રદેશ એટલે 'ગુજરાત' એ પ્રમાણે આ રાજયનું નામ પડયું છે. 'ગુર્જર' લોકો પંજાબમાં થઇને પશ્ચિમ ભારતનાં કેટલાક વિસ્તારોમાં વસ્યા અને એ વિસ્તારો 'ગુજરાત' એવા નામથી ઓળખાયા. ભારતીય સંઘમાં ગુજરાતનો એક રંગીન અને યુગ જૂનો પ્રાચીન સાંસ્કૃતિક આગવો વારસો છે. તેની ભૂમિ ફળદ્રુપ, સુંદર અને સમૃદ્ધ છે.

પ્રાકૃતિક વિભાગો :

ભૌગોલિક રીતે રાજયના બે મુખ્ય પ્રાકૃતિક વિભાગો છે. (૧) ગુજરાતની મુખ્ય ભૂમિ અને (૨) દ્વિપકલ્પીય ગુજરાત, ગુજરાતની મુખ્ય ભૂમિને ઉત્તર, મધ્ય અને દક્ષિણ ગુજરાતનાં મેદાનો એમ ત્રણ પેટા વિભાગોમાં વહેંચી શકાય.

દ્વિપકલ્પીય ગુજરાતને ત્રણ મુખ્ય પેટા વિભાગમાં વહેંચી શકાય (૧) ઉચ્ચ પ્રદેશો, (૨) આંતરિક મેદાનો અને (૩) દરિયા કિનારાનું સૌરાષ્ટ્ર ભાદર શેત્રુંજી, ઓજત, ડેમી, મચ્છુ, બાંભણ, ભોગાવો, ઘેલો અને કાળુભાર નદીઓ મધ્યવર્તીય ઉચ્ચ પ્રદેશમાંથી નીકળીને મધ્ય ગુજરાતની ભૂમિમાં અથવા ખંભાતના અખાતમાં અથવા અરબી સમુદ્રમાં

અથવા કચ્છના રણમાં વહે છે. રાજયનાં જુદા જુદા વિભાગોના સંદર્ભમાં જમીનના માળખાની માહિતી નીચે દર્શાવેલ છે.

ઉત્તર ગુજરાતનો વિભાગ :

મહેસાણા (તેના દક્ષિણ ભાગ સિવાય) સાબરકાંઠા (તેના દક્ષિણ પૂર્વના ભાગ સિવાય) અને બનાસકાંઠા જિલ્લાઓને આવરી લેતો આ વિભાગ રાજયના બીજા વિભાગો કરતાં ખેતીવાડીની બાબતમાં પછાતમાં પછાત છે. અહીંની જમીન મુખ્યત્વે રેતાળ, કાંપવાળી, હલકા પ્રકારની અને છીછરી છે.

દક્ષિણ ગુજરાતનો વિભાગ :

વડોદરા, ભરૂચ, સુરત, વલસાડ અને ડાંગ જિલ્લાઓનો આ વિભાગમાં સમાવેશ થાય છે. અહીંની જમીન ખૂબ કાળી, ફળદ્રુપ અને કસવાળી છે. જે કપાસ, જુવાર, ડાંગર, ઘંઉ અને બીજા ફળફળાદી પાકોને માટે ઘણી અનુકૂળ છે.

મધ્ય ગુજરાતનો વિભાગ :

ખેડા, અમદાવાદ, ગાંધીનગર અને દાહોદ અને પંચમહાલ જિલ્લાના થોડાક ભાગને આવરી લેતો આ વિશાળ રેતાળ કાંપની જમીનનો (ગોરાડું) બનેલો છે. ખાસ કરીને ખેડા જિલ્લાની જમીન સોનાના ટુકડા તરીકે ઓળખાય છે. રાજ્યનો સૌથી વધુ ફળદ્રુપ વિભાગ ત્યાં વહેતી નદીઓને આભારી છે.

સૌરાષ્ટ્ર અને કચ્છનો વિભાગ :

આ વિભાગ દ્વિપકલ્પીય ગુજરાતમાં આવેલો છે. ભૂપૃષ્ઠની દ્રષ્ટિએ ગુજરાતની મુખ્ય ભૂમિથી તે જુદો તરી આવે છે. આ વિભાગ દક્ષિણે ખંભાતનો અખાત અને ઉત્તરે કચ્છના રણની વચ્ચે આવેલો છે.

ગુજરાત રાજ્ય પર દ્રષ્ટિપાત :

૧	વિસ્તાર (૨૦૧૧)	૧,૯૬,૦૦૦ ચો.કિ.મી.
		(ભારતના કુલ વિસ્તારના
		૬.૧૦ ટકા)
૨	વસ્તી ગણતરી ૨૦૧૧	
૨.૧	કુલ વસ્તી	૬૦૩૮૩૬૨૮
	(ક) પુરુષો	૩૧૪૮૨૨૮૨
	(ખ) સ્ત્રીઓ	૨૮૯૦૧૩૪૬
	(ગ) ગ્રામીણ	૩૪૬૭૦૮૧૭
	(ઘ) શહેરી	૨૫૭૧૨૮૧૧
	(ચ) ગ્રામીણ વસ્તી ટકાવારીમાં	૫૭.૪૨
	(છ) શહેરી વસ્તી ટકાવારીમાં	૪૨.૫૮
૨.૨	વસ્તીની ગીચતા	૩૮૨
૨.૩	અક્ષરજ્ઞાનનો અસરકારક દર	

	(૦.૬ વયજૂથની વસ્તી સિવાય)	
	(ક) પુરુષો	૮૧.૬૬
	(ખ) સ્ત્રીઓ	૫૮.૩૪
	(ગ) કુલ	૭૧.૧૪
૨.૪	જાતિ પ્રમાણ (દર ૧૦૦૦ પુરુષોએ સ્ત્રીઓ)	૯૧૮
૨.૫	દશકાનો વસ્તી વૃદ્ધિ દર ૧૯૯૧-૨૦૦૧	૧૯.૧૭
૩	જિલ્લા	૩૩
૪	તાલુકાઓ	૨૪૭
૫	ગામડાં	૧૮૨૨૫
૬	પાટનગર	ગાંધીનગર
૭	લાખ ઉપરની વસ્તીવાળાં શહેરો	૧૧
૮	મહાનગરપાલિકાઓ : અમદાવાદ, ભાવનગર, જામનગર, વડોદરા, સુરત, રાજકોટ, ગાંધીનગર	૦૭
૯.	લોકસભાના સભ્યો	૨૬
૧૫	રાજ્યસભાના સભ્યો	૧૧
૧૬	વિધાનસભાની બેઠકો	૧૮૨
૧૭	અક્ષરજ્ઞાનનો દર	
૨.૩	અક્ષરજ્ઞાનનો અસરકારક દર	
	(૦.૬ વયજૂથની વસ્તી સિવાય)	
	(ક) પુરુષો	૭૦.૬૬
	(ખ) સ્ત્રીઓ	૫૭.૮૦
	(ગ) કુલ	૬૯.૧૪
૨.૪	જાતિ પ્રમાણ (દર ૧૦૦૦ પુરુષોએ સ્ત્રીઓ)	૯૧૮
૨.૫	દશકાનો વસ્તી વૃદ્ધિ દર ૨૦૦૧-૨૦૧૧	૧૯.૧૭

૧૮	મુખ્ય ભાષા	ગુજરાતી
૧૯	દરિયાકાંઠો	૧,૬૦૦ કિ.મી.
૨૦	બંદરો : મોટું-૧, મધ્યમ-૧૧, નાનાં-૨૯	૪૦
૨૧	યુનિવર્સિટી	૪૨
૨૨	કારખાનાં	૧૯,૫૬૫
૨૪	ગીરના જંગલમાં સિંહો (લગભગ)	૩૦૨
૨૫	ગીર અભ્યારણનો વિસ્તાર	૧,૫૧૫ ચો.કિ.મી.
૨.૬	(અ) કુલ કામ કરનારા	૨૧૩.૦૦
	(બ) કુલ વસ્તી સામે ટકાવારી	૪૧.૯૫
૨.૭	(અ) ખેડૂતો	૫૮.૦૦
	(બ) કુલ કામ કરનારા સામે ટકાવારી	૨૭.૨૩
૨.૮	(અ) ખેતમજૂરો	૫૨.૦૦
	(બ) કુલ કામ કરનારા સામે ટકાવારી	૨૪.૨૮
૨.૯	(અ) ગૃહઉદ્યોગમાં કામ કરનારા	૪%
	(બ) કુલ કામ કરનારા સામે ટકાવારી	૨.૦૨
૨.૧૦	(અ) અન્ય કામ કરનારા	૯૯.૦૦
	(બ) કુલ કામ કરનારા સામે ટકાવારી	૪૬.૪૦
૨.૧૧	(અ) મુખ્ય કામ કરનારા	૧૭૦.૦૦
	(બ) કુલ વસ્તી સામે ટકાવારી	૩૩.૬૦
૨.૧૨	(અ) સીમાંત કામ કરનારા	૪૨.૦૦
	(બ) કુલ વસ્તી સામે ટકાવારી	૮.૩૫
૨.૧૩	(અ) કામ નહિ કરનારા	૨૯૪.૦૦
	(બ) કુલ વસ્તી સામે ટકાવારી	૫૮.૦૫
૨.૧૪	(અ) અનુસૂચિત જાતિની વસ્તી	૩૫૯૩

	(બ) કુલ વસ્તી સામે ટકાવારી	૭.૪૧
૨.૧૫	(અ) અનુસૂચિત જનજાતિની વસ્તી	૭૪૮૧
	(બ) કુલ વસ્તી સામે ટકાવારી	૧૪.૯૨
૨.૧૬	અનુસૂચિત જાતિમાં અક્ષરજ્ઞાનનો અક્ષરકારક દર	
	(અ) પુરુષો	૮૩.૫૬
	(બ) સ્ત્રીઓ	૫૮.૧૪
	(ક) કુલ	૭૧.૫૦
૨.૧૭	અનુસૂચિત જનજાતિમાં અક્ષરજ્ઞાનનો અસરકારક દર	
	(અ) પુરુષો	૬૦.૧૮
	(બ) સ્ત્રીઓ	૩૭.૦૩
	(ક) કુલ	૪૮.૭૪
૨.૧૮	વસ્તી ગણતરીના કુટુંબોની સંખ્યા	
	(અ) પુરુષો	૧૨૪.૪૭
	(બ) સ્ત્રીઓ	૪૯.૨૨
	(ક) કુલ	૭૫.૨૫

* ‘‘ક’’ સમૂહના રાજયોમાં, જન સંખ્યાનું કદ જુદુ જુદુ હોય છે, ઉત્તર પ્રદેશમાં લગભગ ૨૦ કરોડથી માંડીને ઉત્તરાખંડમાં ૧ કરોડ જેટલું છે.
* આ આંકડા સૂચવે છે કે યુ.પી. પાસે ભારતની ૧૬.૫ ટકા વસ્તી છે, જયારે ઉત્તરાખંડ કે જે યુ.પી.નો જ એક ભાગ છે તે ફકત ૦.૮ ટકા વસ્તી જ ધરાવે છે.
* એક દાયકાના ગાળામાં વસ્તીના વૃદ્ધિ દરમાં બહોળા પ્રમાણમાં વિવિધતા જોવા મળે છે. જેમ કે ‘‘ક’’ સમૂહમાં આવેલાં બિહારમાં

વર્ષ ૨૦૧૦-૧૧ દરમ્યાન ૨૫.૧ ટકાનો વૃદ્ધિ દર છે. જયારે કેરળનો વૃદ્ધિ દર માત્ર ૦.૯ ટકા જ છે.

* ‘‘ખ’’ જૂથમાં આવતા રાજયોમાં, મેઘાલયનો વૃદ્ધિ દર (૨૭%) સૌથી વધારે છે, જયારે નાગાલેન્ડનો વૃદ્ધિ દર (-૦.૫%) નકારાત્મક છે. આનુ કારણ એ છે કે વર્ષ ૨૦૦૧ ની વસ્તી ગણતરી ગુંચવાડા ભરેલ હતી. નાગાલેન્ડને બાદ કરતાં સૌથી ઓછો વૃદ્ધિ દર ગોવાનો (૮.૨%) હતો.
* ‘‘ગ’’ સમૂહના રાજયોમાં સૌથી વધુ વૃદ્ધિ દર કેન્દ્રશાસિત પ્રવેશ દાદરા અને નગરહવેલીનો (૫૫.૫%) દર હતો જયારે સૌથી ઓછો દર લક્ષદ્વીપ (૬.૨%) નો નોંધાયો હતો.
* ટેબલમાં દર્શાવેલ આંકડાઓ ભારતની વસ્તીશાસ્ત્રને લગતી આશ્ચર્યજનક વિવિધતા દર્શાવે છે તેને અનુલક્ષીને તે પ્રમાણે કહી શકાય કે આખા દેશ માટે ફકત એક જ વસ્તી નીતિ ના રાખી શકાય. વસ્તીને લગતી નીતિઓ રાજય અને પ્રદેશ માટે વિશિષ્ટ હોવી જોઇએ.
* આ જ વાત ફરી બેવડાય છે. જયારે આપણે સાક્ષરતાના આંકડાઓ તરફ નજર કરીએ ત્યારે કેરળમાં સૌથી વધુ સાક્ષરતા દર છે. પુરુષોનો ૯૬% અને મહિલાઓનો ૯૨ ટકા જયારે બીજે છેડે બિહારમાં પુરુષોનો સાક્ષરતા દર ૭૩% છે અને મહિલાઓનો સાક્ષરતા દર ૫૩% છે. આનો અર્થ એ થાય છે કે વસ્તીની અડધો અડધ મહિલાઓ અભણ છે. આ પરિસ્થિતિમાં આખા દેશ માટે કઇ રીતે ભણતરની નીતિઓ રચી શકાય?

બાળકોમાં જાતિ આધારિત પ્રમાણ (૦-૬ વર્ષ) :

* બાળકોમાં જાતિ આધારિત પ્રમાણનો અર્થ એ છે કે દર ૧૦૦૦ છોકરાઓએ છોકરીઓની સંખ્યા (૦-૬ વર્ષના ઉંમરના સમૂહમાં)

* વર્ષ ૨૦૧૧ ના વસ્તી ગણતરીની વિગતોની સૌથી વધુ પજવતી બીજું નિરીક્ષણ, (૦-૬) ના સૌથી નાના વયજૂથમાં બંને જાતિઓ વચ્ચે ઘટતી જતી અસમતુલા છે કે જે મહિલા ગર્ભ હત્યાની સૂચક છે. ટૂંકમાં કહીએ તો બાળક તરીકે છોકરી વણજોઇતી છે.

* મારું માનવું છે કે ૦-૬ વયજૂથના બાળકોનું જાતિ આધારિત પ્રમાણ જાણવું એ જન્મ સમયે બાળકીઓનું શું થાય છે તે જાણવાનો સૌથી સારો રસ્તો નથી. વધારે સારી રીત જન્મ સમયે ૧૦૦૦ છોકરાઓએ કેટલી છોકરીઓ જન્મી તે ગણવાની છે. પરંતુ આમાં જન્મ અને મરણની નોંધની પદ્ધતિ સારી છે તેવું માની લેવામાં આવે છે. જન્મની નોંધણી ફરજીયાત છે તેવી કાયદામાં જોગવાઇ હોવા છતાં, ઘણા ઓછા લોકો બાળકોના જન્મની નોંધણી કરાવવાની તસ્દી લેતાં હોય છે. ખાસ કરીને છોકરીઓના કિસ્સામાં આનું કારણ એ છે કે ઘણા લોકો એવું વિચારે છે કે જો તેમના છોકરાઓનો સરકાર રેકોર્ડ હશે તો જે પણ મિલકત તેમની પાસે હશે તે તેમના દિકરાઓને વારસામાં મળશે, જે તેમની ભૂલ ભરેલી માન્યતા છે.

* બાળક જાતિ પ્રમાણ એટલે કે સીએસઆર સતત ઘટી રહ્યો છે. જે વર્ષ ૧૯૬૧ માં ૯૭૬ હતો તે વર્ષ ૨૦૧૧ ના વર્ષમાં ૯૧૪ જેટલો રહી ગયો છે. આ એક આપણા સમાજના નેતાઓ અને સરકાર માટે ચોકકસપણે ચિંતાનું કારણ બનશે.

(**નોંધ :** ૨૦૧૧ માં ઉચ્ચત્તમ સી.એ.આર.ની સરખામણીએ વૃદ્ધિ દર ગોવાનો (૮.૨%) હતો.

* "ગ" સમૂહના રાજ્યોમાં સૌથી વધુ વૃદ્ધિ દર કેન્દ્રશાસિત પ્રદેશ દાદરા અને નગરહવેલીના (૫૫.૫%) દર હતો જયારે સૌથી ઓછો દર લક્ષદ્વીપ (૬.૨%) નો નોંધાયો હતો.

શિક્ષણના વ્યાપ અને વિસ્તારના મોરચે ભારતનું મોટું પ્રદાન રહ્યું છે. સ્વતંત્રતા મેળવ્યા પછી હાથ ધરાયેલી પ્રથમ વસતી ગણતરીમાં ૧૮ ટકા વસ્તી શિક્ષિત હોવાનું બહાર આવ્યું હતું. આજે વર્ષ ૨૦૧૧ ની ગણતરીના અંતે આંકડો ૭૪ ટકાની સપાટીએ પહોંચ્યો છે. ૬૦ વર્ષના સમયગાળામાં પુરુષોમાં શિક્ષણનો આંક ૨૭ ટકાથી વધીને ૮૨ ટકાની સપાટીએ પહોંચ્યો છે. ૧૯૫૧ માં પ્રત્યેક દશે એક સ્ત્રી માંડ શિક્ષિત હતી. આજે પ્રત્યેક ત્રણ સ્ત્રીએ બે સ્ત્રી શિક્ષિત છે.

અર્થાત્ ૧૯૯૧ ની વસતિ ગણતરીથી શિક્ષણના વિસ્તારના સંદર્ભમાં સ્ત્રી-પુરુષ વચ્ચેનું અંતર ઘટવા લાગ્યું હતું. જોકે રાજયવાર સ્થિતિ જોઇએ તો એ ચિત્ર થોડું જુદું છે. રાજસ્થાનમાં આ અંતર ૨૯ ટકા રહ્યું છે. તો છત્તીસગઢ, ઝારખંડ સહિતના ઉત્તર ભારતના રાજયોમાં આ તફાવત ૨૦ ટકાથી વધુનો રહ્યો છે.

ભારતમાં સ્ત્રી-પુરુષોમાં શિક્ષણ દર : ૧૯૫૧-૨૦૧૧

વસ્તી ગણતરીપુરુષ	સ્ત્રી	પુરુષ	સ્ત્રી-પુરુષ	
૧૯૫૧	૨૭.૨	૮.૯	૧૮.૩	૧૮.૩
૧૯૬૧	૪૦.૪	૧૫.૪	૨૮.૩	૨૫.૦
૧૯૭૧	૪૬.૦	૨૨.૦	૩૪.૪	૨૪.૦
૧૯૮૧	૫૬.૪	૨૯.૮	૪૩.૬	૨૬.૬
૧૯૯૧	૬૪.૧	૩૯.૩	૫૨.૬	૨૪.૮
૨૦૦૧	૭૫.૩	૫૩.૭	૬૪.૮	૨૧.૬
૨૦૧૧	૮૨.૧	૬૫.૫	૭૪.૦	૧૬.૭

વર્ષ-૨૦૦૧ અને ૨૦૧૧ વચ્ચે તુલના કરવામાં આવે તો પુરુષ શિક્ષણ દરમાં છ ટકાની જયારે સ્ત્રી શિક્ષણ દરમાં ૧૨ ટકાની વૃદ્ધિ નોંધાઇ છે. તેને એક નોંધપાત્ર સિદ્ધિ માની શકાય. કેટલાક આ ઘટનાના સર્વ શિક્ષણ અભિયાનની સફળતાના રૂપમાં જુએ છે. સર્વસુલભ પ્રાથમિક શિક્ષણ માટેની આ યોજના વર્ષ-૨૦૦૧-૦૨ માં અમલી બનાવવામાં આવી હતી. દેશભરમાં પુરુષ શિક્ષણ દર ૭૫% ની સપાટીને આંબી ચૂકયો છે. કેરળ અને કેટલાક અન્ય નાના રાજયોમાં તો આ દર ૯૦% દરે પહોંચ્યો છે. બિહારમાં સ્ત્રી શિક્ષણ દર મોરચે મળેલી સિદ્ધિ પણ નોંધપાત્ર છે. વર્ષ-૨૦૧૧ માં આંક ૩૩ ટકા હતો જેમાં ૨૦ ટકા વૃદ્ધિ થવા સાથે આંક ૫૩ ટકાની સપાટીએ પહોંચ્યો છે. સ્ત્રી શિક્ષણની વાત કરીએ તો રાજસ્થાન, આંધ્રપ્રદેશની સ્થિતિ ચિંતાજનક છે. દાયકા દરમિયાન બંને રાજયોમાં માત્ર ૮ ટકા વૃદ્ધિ નોંધાઇ છે. બંને રાજયોમાં ૬૦ ટકા સ્ત્રી શિક્ષિત છે.

૨૦૧૧ ની વસ્તી ગણતરી પ્રમાણે ટોપ ૧૦ રાજયોની વસ્તી :

ક્રમ	જવાબ	વસ્તી
૧.	ઉત્તરપ્રદેશ	૧૯,૯૫,૮૧,૪૭૭
૨.	મહારાષ્ટ્ર	૧૧,૨૩,૭૨,૯૭૨
૩.	બિહાર	૧૦,૩૮,૦૪,૬૩૭
૪.	પશ્ચિમ બંગાળ	૦૯,૧૩,૪૭,૭૩૬
૫.	આંધ્રપ્રદેશ	૦૭,૨૧,૩૮,૯૫૮
૬.	મધ્યપ્રદેશ	૦૬,૧૧,૩૦,૭૦૪
૭.	તમિળનાડુ	૦૭,૨૧,૩૮,૯૫૮
૮.	રાજસ્થાન	૦૬,૧૧,૩૦,૭૦૪
૯.	કર્ણાટક	૦૬,૧૧,૩૦,૭૦૪

૧૦. ગુજરાત ૦૬,૦૩,૮૩,૬૨૮

૨૦૧૧ ની વસ્તી ગણતરી પ્રમાણે બોટમ પાંચ રાજ્યોની વસ્તી :

ક્રમ	**રાજ્ય**	**વસ્તી**
૧.	લક્ષદ્વીપ	૬૪,૪૨૯
૨.	દમણ અને દીવ	૨,૪૨,૫૮૩
૩.	દાદરા નગરહવેલી	૩,૪૨,૫૮૩
૪.	અંદામાન નિકોબાર	૭,૭૯,૯૯૪
૫.	સિક્કિમ	૬,૦૭,૬૬૮

ભારતની વસ્તી એટલી બધી છે કે ઉત્તરપ્રદેશને મહારાષ્ટ્રની વસ્તીનો સરવાળો અમેરિકાની વસ્તી કરતા વધુ થઇ જાય છે.

અમેરિકાની વસ્તી	:	૩૧ કરોડ ૧૦ લાખ
ઈન્ડોનેશિયાની વસ્તી	:	૨૩ કરોડ ૮૦ લાખ
બ્રાઝિલની વસ્તી	:	૧૯ કરોડ ૧૦ લાખ
પાકિસ્તાનની વસ્તી	:	૧૭ કરોડ ૬૦ લાખ
બાંગ્લાદેશની વસ્તી	:	૧૫ કરોડ
જાપાનની વસ્તી	:	૧૨ કરોડ ૮૦ લાખ

આ બધા દેશો કરતાં ભારતની વસ્તી વધુ છે. વિશ્વભરની વસ્તીમાં ૧૭.૫ ટકા હિસ્સા સાથે દ્વિતીય ક્રમે છે અને ૧૯.૪ ટકા હિસ્સા સાથે ચીન વિશ્વમાં પ્રથમ સ્થાને છે. જો વસ્તી વૃદ્ધિ સતત થશે તો ૨૦૫૦ માં ભારત વધુ વસ્તી ધરાવતો દેશ બની જશે.

ગુજરાતની વસ્તી :

તાજેતરમાં દેશભરમાં હાથ ધરાયેલી ૧૫મી રાષ્ટ્રીય વસ્તીગણતરીના દિલ્હી ખાતે જાહેર થયેલા વચગાળાના આંકડા

અનુસાર ગુજરાતની વસ્તી ૬,૦૩,૮૩,૬૨૮ થઇ છે. આ આંકડો વર્ષ ૨૦૦૧ ની વસ્તી ગણતરી બાદ જાહેર થયેલી વસ્તીની સરખામણીમાં ૧૦.૧૭% નો વધારો સૂચવે છે. ગુજરાતની કુલ વસ્તીમાં પુરુષોની વસ્તી ૩,૧૪,૮૨,૨૮૩ છે જયારે સ્ત્રીઓની વસ્તી ૨,૮૯,૦૧,૩૪૬ છે.

વસ્તી ગણતરીનું વર્ષ	વસ્તી લાખ	વૃદ્ધિ દર ટકાવારી	વસ્તી ગીચતા (પ્રતિ.ચો. કિ.મી.)	હજાર પુરુષે સ્ત્રીની સંખ્યા	સાક્ષરતા દર (ટકાવારી)
૧૯૧૧	૯૮	૭.૭૯	૫૦	૯૪૬	૯.૧૨
૧૯૨૧	૧૦૨	૩.૭૯	૫૨	૯૪૪	૧૦.૮૫
૧૯૩૧	૧૧૫	૧૨.૯૨	૫૯	૯૪૫	૧૧.૯૮
૧૯૪૧	૧૩૭	૧૯.૨૫	૭૦	૯૪૧	અપ્રાપ્ય
૧૯૫૧	૧૬૩	૧૮.૬૯	૮૩	૯૫૨	૨૧.૮૨
૧૯૬૧	૨૦૬	૨૬.૮૮	૧૦૫	૯૪૦	૩૧.૪૭
૧૯૭૧	૨૬૭	૨૯.૩૯	૧૩૬	૯૩૪	૩૬.૯૫
૧૯૮૧	૩૪૧	૨૭.૬૭	૧૭૪	૯૪૨	૪૪.૯૨
૧૯૯૧	૪૧૩	૨૧.૧૯	૨૧૧	૯૩૪	૬૧.૨૯
૨૦૦૧	૫૦૭	૨૨.૬૬	૨૫૮	૯૨૦	૬૯.૧૪
૨૦૧૧	૬૦૩	૧૯.૧૭	૩૦૮	૯૧૮	૭૯.૩૧

જાહેર થયેલા આંકડાઓ અનુસાર ગુજરાતમાં પ્રતિ ચોરસ કિલોમીટરે ૩૦૮ વ્યકિતઓની ગીચતા નોંધાઇ છે. ગુજરાતમાં પુરુષ-સ્ત્રીની વસ્તીનો ગુણોત્તર પ્રતિ ૧૦૦૦ પુરુષે ૯૧૮ સ્ત્રીઓ છે. જો કે ૬ વર્ષથી નાની ઉંમરના બાળકોના મામલે છોકરા-છોકરીની વસ્તીનો ગુણોત્તર પ્રતિ ૧૦૦૦ છોકરાઓએ ૮૮૬ છોકરીઓ છે. જે દેશમાં સૌથી

નીચા સેક્સ રેશિયો પૈકીનો અંક છે અને તેથી ચિંતાજનક છે. વર્ષ ૨૦૦૧ ની વસ્તીની ગણતરીની સરખામણીમાં દેશમાં ત્રણ જ રાજયોમાં પુરુષ-સ્ત્રીના સેક્સ રેશિયામાં ઘટાડો નોંધાયો છે, જયારે બાળકોમાં છોકરા-છોકરીની વસ્તીના તફાવતમાં વધારો નોંધાયો હોય તેવા રાજયોમાં ગુજરાત સિવાય પંજાબ, હરિયાણા, હિમાચલ, તમિલનાડુ, મિઝોરમ અને આંદામાન નિકોબારનો સમાવેશ થાય છે.

ગુજરાતમાં સાક્ષરતાનો દર ૭૯.૩૧% જેટલો નોંધાયો છે. આમાં પુરુષ સાક્ષરતા ૮૭.૨૩% અને સ્ત્રી સાક્ષરતા ૭૦.૭૩% જણાઈ છે. દેશની કુલ વસ્તીનો તાજો આંકડો એક અબજ એકવીસ લાખ જેટલો છે. જેમાં ગુજરાતનો ફાળો ૪.૯૯% એટલે કે અંદાજિત પાંચ ટકા જેટલો છે.

ગુજરાતની તાજી વસ્તી ગણતરીના વચગાળાના આંકડા જાહેર થયા છે તેની મુલવણી જો ગુજરાતની પાછલા સો વર્ષની વસ્તી ગણતરીના આંકડા સાથે કરીએ તો કેટલીક રસપ્રદ બાબતો પર પ્રકાશ પડે છે. જેમ કે, પાછલાં સો વર્ષમાં ગુજરાતની વસ્તી છ ગણાથી પણ વધુ વધી છે. તો સૌ વર્ષમાં પ્રત્યેક ચોરસ કિલોમીટરે ગીચતા પણ લગભગ છ ગણી થઇ છે. અલબત્ત રાજયમાં દસ વર્ષની વસ્તી વૃદ્ધિનો દર ૧૯૩૧ બાદ સૌ પ્રથમ વખત સાધારણ નીચો ઉતર્યો છે.

આમ, ઉપરોકત આંકડા ઉપરથી કહી શકાય કે, સો વર્ષ પહેલાં ગુજરાતમાં પ્રતિ ચોરસ કિલોમીટર ૫૦ લોકો વસતા હતા, આજે ૩૦૮ વસે છે. ગુજરાતની વસ્તી છ કરોડ એટલે કે દસ વર્ષમાં ૧૯.૧૭% નો વસ્તી વધારો જોવા મળે છે. ગુજરાતમાં ૧૦૦૦ પુરુષોએ ૯૧૮ સ્ત્રીઓ છે. સાક્ષરતા દર ૭૯.૩૧૩ છે. જેમાં પુરુષ સાક્ષરતા ૭૦.૭૩% જોવા મળે છે.

વસ્તીમાં ટોપ પાંચ જિલ્લાઓ

જિલ્લા	પુરુષ	મહિલાઓ	કુલ
અમદાવાદ	૩૭,૮૩,૦૫૦	૩૪,૨૧,૧૫૦	૭૨,૦૮,૨૦૦
સુરત	૩૩,૯૩,૭૪૨	૨૬,૭૯,૪૮૯	૬૦,૭૯,૨૩૧
વડોદરા	૨૧,૫૮,૨૨૯	૨૦,૦૭,૩૩૯	૪૨,૫૭,૬૬૮
રાજકોટ	૧૯,૭૫,૧૩૧	૧૮,૨૪,૬૩૯	૩૭,૯૯,૫૭૦
બનાસકાંઠા	૧૬,૦૯,૧૪૮	૫,૦૬,૮૯૭	૩૧,૧૬,૦૪૫

ગુજરાતમાં સાક્ષરતાનું પ્રમાણ

સાક્ષરતા ટોપ પાંચ જિલ્લાઓ

જિલ્લા	પુરુષ	મહિલાઓ	કુલ
અમદાવાદ	૮૬,૬૫%	૯૨.૪૪%	૮૦.૨૯%
સુરત	૮૬.૬૫%	૯૧.૦૫%	૮૧.૦૨%
આણંદ	૮૫.૭૯%	૯૩.૨૩%	૭૭.૭૬%
ગાંધીનગર	૮૫.૭૩%	૯૩.૫૯%	૭૭.૩૭%
ખેડા	૮૪.૩૧%	૯૩.૪૦%	૭૬.૬૭%

	૨૦૦૧ની સેન્સસ વિગત	૨૦૧૧ ની સેન્સસ વિગત	તુલનાત્મક વધારો (%)
પુરુષો	૫૩૨,૨૨૩,૦૯૦ કરોડ	૬૨,૩૭,૨૪,૨૪૮ કરોડ	
સ્ત્રીઓ	૪૯૬,૫૧૪,૩૪૬ કરોડ	૫૮,૬૪,૬૯,૧૭૪ કરોડ	
કુલ વસ્તી	૧,૦૨૮,૭૩૭,૪૩૬ કરોડ	૧,૨૧,૦૧,૯૩,૪૨૨ કરોડ	૧૭.૬૩
વસ્તી ગીચતા	૩૨૫ વ્યકિત ચો.કિ.મી.	૩૮૨ વ્યકિત ચો.કિ.મી.	૧૭.૫૩
જાતિ પ્રમાણ	૯૩૩ સ્ત્રીઓ	૯૪૦ સ્ત્રીઓ	૦.૭૫%

૧૦૦૦ પુરુષો પ્રમાણ૧૦૦૦ પુરુષો

સાક્ષરતા દર ૬૪.૮%　　૭૪.૦૪%　૯.૨૪%

સૌથી વધુ શિક્ષિત નાગરિકો કેરળમાં છે અને સૌથી ઓછા શિક્ષિત નાગરિકો બિહારમાં ૬૩.૨૮% નોંધાયા છે. જયારે મિઝોરમના સરછીપમાં ૯૮.૭૬% અને ઐઝવાલમાં ૯૮.૫૦ શિક્ષિતો વસે છે. જયારે મધ્યપ્રદેશના અલીરાજપુરમાં ૩૭.૨૨% અને છતીસગઢના બીજાપુરમાં ૪૧.૫૮% શિક્ષિતો વસે છે.

સાક્ષરતા દરમાં સમગ્ર રાજયમાં પ્રથમ ક્રમે અમદાવાદ અને સુરત સંયુકત રીતે હોય, પરંતુ આ જિલ્લાના પુરુષો સાક્ષરતા દરમાં પ્રથમ ક્રમે આવતા નથી. અમદાવાદના પુરુષો સાક્ષરતા દરમાં છેક ચોથા ક્રમે આવે છે. જયારે સુરત ટોપ પાંચમાં નામોનિશાન નથી. ગુજરાતમાં ૮૭.૨૩% સાક્ષરતા પુરુષો અને ૭૦.૭૩% મહિલાઓ સાક્ષર છે. એક દાયકામાં સાક્ષરતામાં ૧૦% નો વધારો નોંધાયો છે.

ગુજરાતમાં છેલ્લા ૧૦ વર્ષમાં ૧ કરોડનો વસ્તી વધારો થયો છે. વસ્તીના દરમાં અમદાવાદ જિલ્લાનો ક્રમ પ્રથમ આવે છે. બીજા ક્રમે સુરત જિલ્લો છે. આ બંને મેટ્રો સિટીના વિસ્તારો હોવાથી સૌથી વધુ વસ્તી આ શહેરોમાં જોવા મળે છે.

* સુરતમાં ૧૮ લાખ નવા લોકોનો ઉમેરો.
* ડાંગ જિલ્લામાં માત્ર ૦.૩૮% નો વસ્તી વધારો. ડાંગમાં ચાર લાખ નવા લોકો ઉમેરાતા ત્યાંની વસ્તી ૨૨ લાખ થવા જાય છે.
* ત્રીજા નંબરના જિલ્લામાં વડોદરા ઊભરી રહ્યું છે. અહીં પાંચ લાખ લોકો વધ્યા છે.

દાહોદ જિલ્લાનો પરિચય :

ગુજરાતની પૂર્વ પટ્ટીમાં વસેલો દાહોદ જિલ્લો તેની ઐતિહાસિક, સાંસ્કૃતિક અને સામાજિક વિવિધતાઓથી ભર્યોભાર્યો છે. અહીં આદિવાસી લોકજીવન જોવા મળે છે. વૈવિધ્ય વિરાસત ધરાવતા દાહોદની ભૂમિની આ ગરિમા વનવાસી સંસ્કૃતિ અને નિરાળા જનજીવનની આગવી ભાત ઉપસાવે છે. મહાકવિ ન્હાનાલાલે ગુજરાતના પૂર્વના દરવાજા તરીકે જેને ઓળખાવ્યું છે તે દાહોદ, રાજસ્થાન અને મધ્યપ્રદેશની હદ ઉપર હોવાથી દો-હદ તરીકે ઓળખાય છે. ગુજરાતના આ સ્થળને ઉગતા સૂર્યના પ્રદેશ તરીકે પણ ઓળખવામાં આવે છે.

ગુજરાત પ્રસિદ્ધ મહારાજા સિદ્ધરાજ જયસિંહે માળવા ઉપર જયારે ચઢાઇ કરેલી ત્યારે બાર વર્ષ સુધી દાહોદમાં મુકામ કરેલો. તેમણે છાબ તળાવ બંધાવ્યું હતું તેમજ પાણીગેટ ઉપર સિદ્ધરાજ જયસિંહે સંસ્કૃતમાં કોતરાવેલા શિલાલેખો બ્રિટિશ સરકારે પુનાના મ્યુઝિયમમાં રાખ્યા હતા. ઈ.સ. ૧૬૧૮ માં મોગલ બાદશાહ જહાંગીર ગુજરાતના અમદાવાદની મુલાકાતે આવેલા તે વખતે એપ્રિલ મહિનો હતો. સખત ગરમી પડતી હતી. જેથી પુષ્કળ ધૂળ ઉડતી હતી. તેથી તેઓ કંટાળીને અમદાવાદને ગર્દાબાદ નામ આપી માંડવગઢ જવા ઉપડી ગયા. તે વખતે પણ ગુજરાતમાંથી માળવા જવાનો રસ્તો દાહોદથી પસાર થતો હોવાથી જહાંગીર દાહોદ આવ્યો. અહીંની આજુબાજુની ગીચ ઝાડી તથા ખુશનુમાં આબોહવાથી અને ખીલેલાં કમળોવાળા તળાવથી પ્રસન્ન થઇ તેણે દાહોદમાં એક મહિનો મુકામ કરેલો. સને ૧૬૧૮ માં જહાંગીરના આ પડાવમાં દાહોદ ખાતે ઔરંગઝેબનો જન્મ થયો હતો.

પૂજય ઠક્કર બાપાએ ગાંધીજીના આર્શીવાદ સાથે દાહોદ વિસ્તારમાં આદિવાસીઓના સર્વાંગી વિકાસ માટે મીરાખેડી ખાતે ૧૯૨૨ માં પ્રથમ આશ્રમ સ્થાપયો હતો. ૧૯૪૯ માં મીરાખેડી ખાતે સર્વોદય

કેન્દ્ર શરૂ કરાયું હતું. ભીલ સેવા મંડળની આદિજાતિ ઉત્કર્ષની વિકાસયાત્રાના પગરણ મીરાખેડી ખાતેથી થયા હતા. આમ ગુજરાત રાજયના પંચમહાલ જિલ્લામાંથી તેનું વિભાજન થતાં તા. ૦૨-૧૦-૧૯૯૭ નાં રોજ દાહોદ જિલ્લો અસ્તિત્વમાં આવ્યો હતો.

ભૌગોલિક સ્થાન :

દાહોદ જિલ્લો ૨૨-૩૦ થી ૨૩-૩૦ ઉત્તર અક્ષાંશ અને ૭૩-૪૫ થી ૭૪-૩૦ પૂર્વ રેખાંશ વચ્ચે આવેલો છે. ગુજરાતના પંચમહાલ જિલ્લામાંથી વિભાજન થતાં તા. ૦૨-૧૦-૧૯૯૬ થી અસ્તિત્વમાં આવેલો છે. જિલ્લો ભૌગોલિક વિસ્તાર ૩,૬૩,૨૭૭ હેક્ટર છે. જિલ્લાની ઉત્તરે રાજસ્થાનનો બાંસવાડા જિલ્લો, પશ્ચિમે પંચમહાલ જિલ્લો, પૂર્વ અને દક્ષિણ મધ્યપ્રદેશ રાજયનો ઝાલુઆ જિલ્લો આવેલ છે. પંચમહાલ જિલ્લામાંથી આદિવાસી વિસ્તારને અલગ તારવી દાહોદ જિલ્લાની નવરચના કરવામાં આવી છે.

વસ્તી :

૨૦૧૧ ની વસ્તીગણતરી મુજબ જિલ્લાની કુલ વસ્તી ૨,૧૨૬,૫૫૮ ની છે. જેમાં પુરુષોની સંખ્યા ૧૦૭૦,૮૪૩ જયારે સ્ત્રીની સંખ્યા ૧૦,૫૫૭૧૫ ની છે. અનુસૂચિત જનજાતિની વસ્તી ૧૨,૭૮,૩૭૮ ની છે તથા અનુસૂચિત જાતિની વસ્તી ૫૪૦૬૧ ની છે. ઉપરાંત અન્ય જ્ઞાતિ વસ્તી ૫૦૭૭૭૦ ની છે તથા જિલ્લામાં વસ્તીની ગીચતા દર ચો.કિ.મી. દીઠ ૫૮૨ ની છે.

વહીવટી માળખું :

જિલ્લામાં ગરબાડા, ધાનપુર, દેવગઢબારીઆ, લીમખેડા, દાહોદ, ઝાલોદ અને ફતેપુરા, સંજેલી એમ કુલ આઠ તાલુકાઓ આવેલા છે. આ બધા તાલુકાઓ આદિવાસી વસ્તી ધરાવે છે. જિલ્લામાં આઠ તાલુકા

પંચાયત, ત્રણ નગરપાલિકાઓ, ૪૮૫ ગ્રામપંચાયતો આવેલી છે. કુલ ૬૯૬ ગામો આવેલાં છે.

આબોહવા અને વરસાદ :

જિલ્લાની આબોહવા સામાન્ય રીતે ગરમ છે. આ જિલ્લાને વરસાદ આધારીત સૂકા પ્રદેશ તરીકે ગણવામાં આવે છે. જિલ્લાનો સરેરાશ વરસાદ ૭૫૯ મિ.મી. છે. વરસાદ સામાન્ય રીતે જૂનના છેલ્લા અઠવાડિયાથી ઓકટોબરના બીજા અઠવાડિયા સુધી પડે છે.

જંગલો :

કુલ ભૌગોલિક વિસ્તાર ૩,૬૩,૨૭૭ હેકટર છે. તે પૈકી ૮૫,૬૦૦ હેકટર જમીન જંગલ વિસ્તાર હેઠળ છે. જે જિલ્લાની કુલ જમીનના ૨૭ ટકા જેટલો થાય છે. જંગલમાં સાગ, સાદડ, સીસમ, વાંસ, ટીમરુંના ઝાડ મુખ્ય છે.

જમીન અને ખેતી :

દાહોદ જિલ્લો સમગ્રતયા ખેતીપ્રધાન છે. જિલ્લાની ૩,૬૩,૨૭૭ હેકટર જમીનમાંથી ૨,૦૩,૧૦૦ હેકટર જમીનમાં ખેતી થાય છે. ૪૮૬૦૦ હેકટર જમીન ખેડી ન શકાય તેવી છે અને ૮૫૬૦૦ હેકટર જંગલની છે. જમીન મોટે ભાગે ગોરાડું, ઢાળવાળી, હલકા પ્રકારની અને પથ્થરના વધારે પ્રમાણવાળી છે. ખેતી વરસાદ આધારીત છે. ખરીફ વસ્તુમાં મુખ્યત્વે મકાઇ, ડાંગર, તુવેર, અડદ, સોયાબીન, શાકભાજી અને રવી પાકમાં ઘંઉ-ચણા અને આદું મુખ્યત્વે થાય છે. જિલ્લામાં ૧,૯૨,૩૫૯ નાના અને સીમાંત ખેડૂતો છે.

સિંચાઇ :

જિલ્લાની ખેતી સંપૂર્ણપણે વરસાદ આધારિત છે. સરેરાશ વરસાદ ૭૫૯ મિ.મી. જેટલો છે. મોટી સિંચાઇ યોજના નથી પરંતુ નવ મધ્યમ

સિંચાઇ યોજના ૪૮ સિંચાઇ તળાવો, ૮૪ ગ્રામતળાવો કૂવા-બોર અને ચેક ડેમો દ્વારા લગભગ ૧૨૬૪૬ હેકટર જમીનમાં પિયત થાય છે.

પીવાનું પાણી :

જિલ્લાની ભૌગોલિક પરિસ્થિતિ વિષમ હોવાથી વરસાદી પાણીનો ભૂગર્ભ સંગ્રહ ઓછો થાય છે તથા ઢોળાવવાળી જમીનના કારણે વરસાદી પાણી નદીનાળાઓ મારફતે વહી જતું હોવાથી કોઇ મોટા જળાશયો આવેલા નથી. જિલ્લાનાં ૫૫૦ ગ્રામો નોર્સાર્સ તરીકે જાહેર થયેલા છે. તેમ છતાં બારેમાસ પીવાનું પાણી મળી રહે તે માટે હેન્ડપંપ, કૂવો અને પાણી પુરવઠાની યોજનાઓ અંતર્ગત પીવાનું પાણી પૂરું પાડવામાં આવી રહ્યું છે. જિલ્લાના આઠ તાલુકાનાં ૬૯૬ ગામોમાં કુલ ૨૭,૮૦૨ હેન્ડપંપ બેસાડવામાં આવેલા છે. આ ઉપરાંત સ્વતંત્ર પાણી પુરવઠા યોજના તથા સ્વજલધારા યોજના હેઠળ પાણીની આવૃત્તિ કરવામાં આવી રહી છે.

વાહનવ્યવહાર :

મધ્યપ્રદેશના ઝાબુઆ જિલ્લાને અને ગુજરાતને જોડતો રાષ્ટ્રીય ધોરીમાર્ગ નં. ૫૯ અહીંથી પસાર થાય છે. જે ૭૫ કિ.મી.ની લંબાઇ ધરાવે છે. આ ઉપરાંત ૪૯૧ કિ.મી. રાજય ધોરીમાર્ગ ૭૩૯-૨૬ કિ.મી. મુખ્ય જિલ્લા માર્ગ ૨૫૦.૯૫ કિ.મી. અન્ય માર્ગો અને ૩૬૬ કિ.મી. ગ્રામ્ય માર્ગો આવેલા છે. જયારે પ્લાન-નોનપ્લાન યોજના હેઠળના ૧૭૮૩ કિ.મી.ના માર્ગો આવેલા છે. આ માર્ગો જિલ્લાની પ્રજાને એકમેક સાથે સાંકળી જનજીવનને ધબકતું રાખે છે.

આરોગ્ય સેવાઓ :

જિલ્લા મથક દાહોદ ખાતે એક સિવિલ હોસ્પિટલ, જિલ્લામાં ૧૧ સામૂહિક આરોગ્ય કેન્દ્રો, ત્રણ મોબાઇલ દવાખાના, ૩૩૩ પેટાકેન્દ્રો,

૫૨ પ્રાથમિક આરોગ્ય કેન્દ્રો, ૨૦ આયુર્વેદિક દવાખાનાં, ૦૫ હોમિયોપેથિક હોસ્પિટલ, ૦૫ ટ્રસ્ટની હોસ્પિટલ, બે કુટુંબનિયોજન કેન્દ્ર અને એક રેલ્વેની હોસ્પિટલ આવેલી છે.

સંદેશાવ્યવહાર :

દાહોદ ખાતે જિલ્લાની મુખ્ય ટપાલ અને તાર કચેરીઓ આવેલી છે. જયારે જિલ્લામાં ૧૩ પેટા ટપાલ કચેરી અને તાર કચેરી ૧૪૩ શાખા ટપાલ કચેરી આવેલી છે. ૨૮ દૂરવાણી મથકો આવ્યાં છે. કુલ ટેલિફોન જોડાણ ક્ષમતા ૩૧ હજારની છે.

શિક્ષણ :

૨૦૧૧ ની વસ્તીગણતરી મુજબ જિલ્લામાં સાક્ષરતાનું પ્રમાણ ૬૦.૬૦ ટકા જોવા મળે છે. નિરક્ષરતાનું પ્રમાણ ૩૯.૪૦ ટકા જોવા મળે છે. જિલ્લા પંચાયત સંચાલિત પ્રાથમિક શાળાની સંખ્યા ૧૪૭૪ અને ખાનગી શાળાની સંખ્યા ૪૧ ની છે. તેમજ માધ્યમિક શાળાની સંખ્યા ૧૧૦ ની છે. ઉચ્ચત્તર માધ્યમિક શાળાની સંખ્યા ૩૩ છે જયારે કોલેજ અને ટેક્નિકલ સંસ્થાઓ ૮ છે. અન્ય એક ઈજનેરી કોલેજ છે.

ઉદ્યોગ :

જિલ્લો ઔદ્યોગિક રીતે પછાત છે. દાહોદ દેવગઢબારિયા ખાતે ઔદ્યોગિક વસાહતો છે. જિલ્લાના મુખ્ય ઉદ્યોગમાં પાઇપ, દાળમીલ, આટામીલ, ચોખામીલ, પોલિથીન બેગ, મકાઇ પૌઆ, સિમેન્ટની બનાવટો, મોઝેક ટાઇલ્સ અને ઇંટ ઉદ્યોગો આવેલા છે. ૧૫૦૦ જેટલા વધુ એકમો નોંધાયેલા છે.

ખનીજ :

પૃથ્વીના પેટાળમાં મુખ્યત્વે કવાર્ટઝ, લાઇમસ્ટોન, સિલિકાસેન્ડ મળી આવે છે. જયારે ગૌણ ખનીજમાં બ્લેકટ્રેપ, સામાન્ય રેતી બિલ્ડીંગ

સ્ટોન, ઈંટ, માટી વગેરે છે. જિલ્લાનો બ્લેક ટ્રેપ ઝાલોદ તાલુકાના આંબા, પારેવા, મુંડાહેડા, બીલવાણી તેમજ દાહોદ તાલુકાના બોરવાણી રેટિયા બંગેલા ડુંગરા વિસ્તારમાં ઉપલબ્ધ છે. ઈંટો બનાવવાની માટી દાહોદ-લીમખેડા વિસ્તારમાં મળે છે. સારી જાતનો ગ્રેનાઈટ ઉપલબ્ધ છે. ગ્રેનાઈટ કાનપુર દેવગઢબારિયાના તાલુકાના ગામોની આસપાસ ઉપલબ્ધ છે.

જિલ્લાના જોવાલાયક સ્થળો :

બાવકામાં ઈ.સ. પૂર્વે ૭૪૬-૪૮૩ સમયમાં શિવપંચાયત મંદિર છે. તેમજ કેદારેશ્વર મંદિર ચોસાલા કેદારેશ્વર મહાદેવનું દર્શનીય મંદિરમાં ગૌમુખ પણ છે અને હસ્તેશ્વર મહાદેવ મંદિર સોલંકીકાળનું પ્રાચીન મંદિર આવેલું છે. દેવગઢ બારીયામાં રાજવી પરિવારે બંધાવેલ લાલમહેલ પ્રવાસીઓનું આકર્ષણનું કેન્દ્ર છે. ભમરેચી માતાનું મંદિર સીગવડ ગામમાં આવેલું છે. આ મંદિર આજુબાજુના આદિવાસી માટે આસ્થાનું પ્રતિક છે.

જિલ્લાનું અનોખું રીંછ અભયારણ્ય રતનમહાલ :

આ અભ્યારણ ૫૫.૬૫ ચો.કિ.મી.નો વિસ્તાર ધરાવે છે. જેમાં રીંછ, દીપડા, ઝરખ જેવા પ્રાણીઓ નાગ, ધામણ, અજગર, ઘો, કાચીડાં જેવા સરીસૃપ વર્ગના જીવોને અને બેલા, તેતર, બાજ, સમડી જેવા પક્ષીઓથી સભર છે. વન્યસૃષ્ટિમાં ૧૦૫ કુળના, ૪૦૯ જાતિના ૬૪૫ પ્રજાતિઓ જોવા મળે છે.

જિલ્લાની આદિવાસી સંસ્કૃતિ :

ભારતીય સંસ્કૃતિ સદીઓ પુરાણી છે. સંસ્કૃતિનો વિકાસ નદી કિનારે અને વનરાજી વચ્ચે થયો છે. તીરકામઠું ધરાવતી ધર્નુધારી આદિવાસી સંસ્કૃતિ નોખી અને નિરાળી છે. જિલ્લામાં મુખ્ય ભીલ

ગરાસીયા, ધાનકા-તડવી, તેતરિયા વગેરે જનજાતિ આદિજાતિ ભીલોડી સંસ્કૃતિ અકબંધ છે.

લોકમેળાઓ :

આદિવાસી સદીઓથી ઉત્સવપ્રિય છે. રાજસ્થાનની સરહદે ભરાતો ઘોટિયા આંબાનો મેળો તેમજ રવેડી, ચુલ, આમળી અગિયારસનો મેળો, ગોળગધેડાનો મેળો, ગાયગોહટી, હોળી, ધુળેટીનો મેળો આદિવાસી મુખ્ય લોકમેળાઓ છે.

જિલ્લા પંચાયત દ્વારા છેલ્લા ૧૦ વર્ષમાં થયેલ વિવિધ કામગીરી અંગેનો અહેવાલઃ પ્રાથમિક શિક્ષણ :

સને ૧૯૯૯-૨૦૦૦ માં જિલ્લા શિક્ષણ સમિતિ હસ્તકની ૧૩૫૮ શાળાઓ ચાલતી હતી. દર વર્ષે શાળાઓનો જરૂરિયાત મુજબના નવા વર્ગો અને નવી શાળાઓની ક્રમશઃ મંજુરી આપતા સને ૨૦૦૧-૦૨ ના વર્ષ સુધીમાં કુલ ૧૪૩૪ શાળાઓ જિલ્લા શિક્ષણ સમિતિ કાર્યરત થવા પામી હતી. આમ છેલ્લા ચાર વર્ષમાં કુલ ૭૬ નવીન શાળાઓ વધારવા પ્રયત્ન કરેલ છે. જયારે સને ૨૦૦૪-૦૫ માં જિલ્લા શિક્ષણ સમિતિ હસ્તક કુલ ૧૪૫૯ શાળાઓ હતી અને નિયમોનુસાર નવીન વર્ગો શાળાઓની વર્ષવાર મંજૂરી અપાવતા વર્ષ ૨૦૦૮-૦૯ નાં અંત સુધીમાં કુલ ૧૫૮૩ શાળાઓ હાલ કાર્યરત છે.

કન્યા કેળવણી રથયાત્રા અને શાળા પ્રવેશોત્સવ :

જિલ્લાશિક્ષણ સમિતિ હસ્તક શાળા પ્રવેશોત્સવ અને કન્યાકેળવણી રથયાત્રાની ઝુંબેશમાં શિક્ષણ નિયામકશ્રી પ્રાથમિક શિક્ષણ વિભાગ ગુજરાતરાજય ગાંધીનગર તરફથી સને ૨૦૦૩-૦૫ ના વર્ષથી અમલમાં આવેલ છે.

વિદ્યાલક્ષ્મી યોજના :

જિલ્લાશિક્ષણ સમિતિ હસ્તકની પ્રાથમિક શાળાઓમાં વિદ્યાલક્ષ્મી બોન્ડ આપવા અંગેની યોજના નિયામકશ્રી પ્રાથમિક શિક્ષણ ગજરાતરાજય, ગાંધીનગર તરફથી સને ૨૦૦૨-૦૩ થી અમલમાં આવેલ છે. આ બોન્ડ સરદાર સરોવર નર્મદા નિગમ લી., ગાંધીનગર તરફથી ૦% થી ૩૫% સુધીનાં સ્ત્રી સાક્ષરતા દર ધરાવતા ગામોવાળી શાળાઓમાં પ્રવેશ મેળવતી કન્યાઓ રૂા. ૧૦૦૦/- નો વિદ્યાલક્ષ્મી બોન્ડ આપવામાં આવે છે.

દાહોદ જિલ્લાની આંકડાકીય માહિતી (વર્ષ-૨૦૧૧) :

ભૌગોલિક સ્થાન: ૭૩.૪૫ થી ૭૪.૩૦ પૂર્વ રેખાંશ

ક્ષેત્રફળ : ૨૨.૩૦ થી ૨૩.૩૦ ઉત્તર અક્ષાંશ

૩૬૩૨ ચોરસ કિ.મી.

આબોહવા : ગરમ

જમીન : ઢાળવાળી, ડુંગરાળ, ગોરાડું, કાળી

ખનીજ : કવાર્ટઝ, લાઈમસ્ટોન, સિલિકા અને બ્લેકટ્રેપ

નદીઓ : દૂધીમતી, પાનમ, માછણ, હડફ, કાળી, ખાન

પાક : ચણા, અડદ, સોયાબીન, મકાઈ, આદુ

વનપેદાશ : સાગ, સીસમ, વાંસ, સાદડ, ટીમરૂપાન, મહુડાના ફુલ, ઘાસ

ગામ : ૬૯૬

ગ્રામપંચાયત : ૪૫૮

નગરપાલિકા : ૦૩

કુલ વસ્તી : ૨,૧૨૬,૫૫૮

ગ્રામીણ વસ્તી : ૧,૯૩૫,૪૬૧

શહેરી વસ્તી : ૧૯૧,૬૨૫

અનુસૂચિત જનજાતિની વસ્તી : ૧૨,૭૮,૩૭૮

અનુસૂચિત જાતિની વસતી : ૫૪૦૬૧

અન્ય વસ્તી : ૭૯૧૧૯

વસ્તીગીચતા : ૨૫.૧૨ (દર ચો.કિ.મી. દીઠ)

જાતિપ્રમાણ (સેકસરેશિયો) : ૯૮૬

સાક્ષરતાનું પ્રમાણ : ૬૦.૬૦

કુલ કામ કરનાર : ગ્રામ્ય ૮,૧૪,૮૪૭

શહેરી ૪૮,૯૮૭

મુખ્ય કામ કરનાર : ગ્રામ્ય ૪,૯૬,૪૯૦

શહેરી ૦૪૨,૭૯૮

સીમાંત કામ કરનાર : ગ્રામ – ૩,૧૮,૩૫૭

શહેરી – ૬૧૮૯

ખેડૂત કામ કરનાર : ગ્રામ – ૪,૯૦,૦૨૨

શહેરી – ૪૯૪૭

ખેતમજૂર : ગ્રામ – ૧૭,૯૬૭

શહેરી – ૨૮૮૫

પશુધન (૧૯૯૭ ની ૧૬મી પશુધન ગણતરી મુજબ) : ૪૭,૮૩,૨૨૧

મરઘા બતકા : ૪૯,૯૯,૭૫૬

આરોગ્ય સવલતો :

સિવિલ હોસ્પિટલ : ૧

સામૂહિક આરોગ્ય કેન્દ્ર : ૧૧

પ્રાથમિક આરોગ્ય કેન્દ્ર : ૫૯

પેટા પ્રાથમિક આરોગ્ય કેન્દ્ર : ૩૩૩

પશુ દવાખાના : ૧૩

પશુ દવાખાનાનાં પેટા કેન્દ્ર : ૨૪
વીજળીકરણ થયેલા ગામ : ૬૯૩
બારેમાસ એસ.ટી.ની સવલત ધરાવતા ગામો : ૬૩૦

શિક્ષણ :

જિલ્લાપંચાયત સંચાલિત પ્રાથમિક શાળાઓની સંખ્યા : ૧,૫૮૩
ખાનગી શાળાઓની સંખ્યા : ૪૧
માધ્યમિક શાળાઓની સંખ્યા : ૧૧૦
ઉચ્ચત્તર માધ્યમિક શાળાની સંખ્યા : ૩૩
આંગણવાડી : ૧૪૩૯
મધ્યાહ્ન ભોજન યોજનાના કેન્દ્રો : ૧૫૯૬
ઈજનેરી કોલેજ (ડિગ્રી) : ૦૧
પં.દીનદયાળ ઉપાધ્યાય સ્ટોર્સ (વ્યાજબી ભાવની દુકાન) : ૩૨૪
મોટા કદના : ૦૧
નાના કદના : ૦૧
મધ્યમ કદના : ૦૧
બેંકો (વાણિજય, સહકારી અને ગ્રામીણ) : ૭૦

પંચમહાલ જિલ્લાનો પરિચય :

ઐતિહાસિક પૃષ્ઠભૂમિમાં :

પંચમહાલ એટલે પાંચ મહાલનો પ્રદેશ. સિધિયા રાજય શાસનકાળથી ગોધરા, કાલોલ, હાલોલ, દાહોદ અને ઝાલોદ એમ પાંચ મહાલોનો સમૂહ પંચમહાલ તરીકે ઓળખાય છે. આધશકિત પીઠધામ પાવાગઢની પાવન ભૂમિના લીધે સમસ્ત ભારત વર્ષના આરાધકો અને શ્રદ્ધાળુઓ માટે આદરભર્યું સ્થાન ધરાવે છે.

પંચમહાલ જિલ્લાનાં મધ્યકાલીન ઈતિહાસમાં ચાપાંનેર શહેર અને પાવાગઢ ડુંગર કેન્દ્ર સ્થાને હતા. અણહિલવાડના પ્રથમ રાજા વનરાજના સમયમાં સાતમી સદીમા ચાંપાનેરની સ્થાપના થઇ હોવાનું મનાય છે. પ્રાચીન ચાંપાનેર શહેર ચાલુકય શાસનનું પાટનગર હતું. મોગલ સામ્રાજય દરમ્યાન ઇ.સ. ૧૫૭૩ થી ૧૭૨૭ સમયગાળામાં ગોધરા એ પંચમહાલ જિલ્લાનું વડુંમથક બન્યું હતું.

એક સમયે પુષ્કળ પ્રમાણમાં ચંદનના વૃક્ષો અને જંગલી હાથીઓના પ્રદેશ તરીકે પંકાયેલા આ જિલ્લો બ્રિટિશ સલ્તનત સમયે મુંબઇ પ્રાંતનો એક ભાગ ગણાતો હતો. સ્વતંત્રતા બાદ ૧૯૪૮-૪૯ માં સરદાર વલ્લભભાઇ પટેલે દેશી રજવાડાઓનું વિલનીકરણ કરી અખંડિત ભારત નિર્માણનો આદરેલ ચળવળ દરમ્યાન આ રાજયોને પંચમહાલ જિલ્લામાં ભેળવી દેવામાં આવ્યા હતા.

જિલ્લાનું મુખ્ય મથક ગોધરા :

મેશરી નદીના કિનારે આવેલું ગોધરા શહેર એ પંચમહાલ જિલ્લાનું મુખ્ય મથક છે. ઇ.સ. ૨૦૦૮ ચો.કિ.મી. વિસ્તારમાં પથરાયેલું છે. ગોધરા શહેરના નામ સાથે એક કથા વણાયેલી છે તે મુજબ ભૂતકાળમાં ગુર્જર પ્રદેશની રાજધાની ચાંપાનેર હતી ત્યારે ચાંપાનેરની ગાયો છેક ગોધરાની ભૂમિ ઉપર ચરવા આવતી હતી. તેથી ગ્રોચરનો આ પ્રદેશ ગ્રોધ્રહક અને પાછળથી અપ્રભંશ થઇને ગોધરા તરીકે ઓળખાયો. આ નગર ૭૪૭-૧૨૯૮ ના સમયગાળામાં રાજપૂત રાજવી અણહિલવાડના તાબા નીચે હતું ત્યારે અહીં અગ્નિ ફેલાયો હતો. આ અગ્નિમાં તમામ કચેરીઓ, મિલકત, પશુઓ પણ આગમાં સળગી ગયા હતા. આ આગ પછી શાહુકારો અને ઘાંચીઓએ ત્રણ માળના સુંદર અને કલાત્મક મકાનો નિર્માણ કર્યા હતા.

ગોધરા શહેરની ભૂમિ સંતભૂમિ પણ છે. લગભગ ૪૭૫ વર્ષો પૂર્વે પુષ્ટિમાર્ગના સંત શિરોમણી પ્રાતઃસ્મરણીય શ્રીમદ્ વલ્લભાચાર્યજીએ સપ્તાહની બેઠક યોજી. વૈષ્ણવ સંપ્રદાયના ભાવિ કોનો ધર્માપ્રદેશ આપેલો હતો.

મુંબઈ રાજયનું વિભાજન થતાં મહારાષ્ટ્ર અને ગુજરાત એમ બે અલગ રાજયની રચના થઈ ત્યારે અર્થાત ૧લી મે ૧૯૬૦ ના રોજથી પંચમહાલ જિલ્લો બન્યો હતો. ત્યારબાદ ૧૯૯૭ માં ગુજરાતના જુદા જુદા જિલ્લાઓના થયેલ વિભાજનથી પંચમહાલ જિલ્લામાંથી દાહોદ જિલ્લો બન્યો અને તેમાં ગોધરા, હાલોલ, કાલોલ, જાબુંઘોડા, લુણાવાડા, શહેરા, સંતરામપુર, ખાનપુર, કડાણા, ઘોઘંબા તથા મોરવા હડફ એમ કુલ ૧૧ તાલુકાઓનો સમાવેશ થાય છે.

ભુપૃષ્ઠ પરિચય :

ગુજરાત રાજયની પૂર્વ પટ્ટીમાં આવેલ પંચમહાલ જિલ્લો પૃથ્વીના ગોળાર્ધમાં ૭૩.૧૫ થી ૭૪ પૂર્વ રેખાંશ અને ૨૨.૧૫ થી ૨૩.૧૫ ઉત્તર અક્ષાંશ વચ્ચે પથરાયેલો છે. આ જિલ્લો ઉત્તર દિશામાં લુણાવાડા તાલુકો, રાજસ્થાન રાજયમાં વાંસવાડા જિલ્લો અને ગુજરાતના સાબરકાંઠા જિલ્લાની સીમાઓને સ્પર્શ છે, જયારે દક્ષિણ વડોદરા તથા પશ્ચિમે ખેડા જિલ્લાની સરહદ સુધી વિસ્તરેલ છે.

વન્યસૃષ્ટિ અને આદિવાસી સંસ્કૃતિની વિશિષ્ટ ધરાવતો પંચમહાલ જિલ્લો ડુંગરાળ અને જંગલ વિસ્તારથી પથરાયેલો છે. સંતરામપુર, ઘોઘંબા, કડાણા, જાબુંઘોડા, મોરવા, હડફ વગેરે તાલુકાઓ ડુંગર અને વૃક્ષોથી આસ્વાદિત છે તો કાલોલ, શહેરા, લુણાવાડા, ગોધરા અને ખાનપુર તાલુકાઓમાં જમીન સમતળ છે.

આબોહવા અને વરસાદ :

પંચમહાલ જિલ્લાની આબોહવા મુખ્યત્વે ગરમ અને શુષ્ક છે. માર્ચથી જૂન માસના ઉનાળાના સમયગાળામાં અતિશય પ્રમાણમાં ગરમી પડે છે. નૈઋત્ય દિશામાંથી આવતા મૌસમી પવન આ જિલ્લામાં વરસાદ માટે કારણભૂત બને છે. જિલ્લામાં સામાન્ય સરેરાશ વરસાદ ૧૦૨૬ મિ.મી. જેટલો થાય છે. જે સરેરાશ ૩૩ દિવસ સુધી પડે છે.

વહીવટી માળખું :

પંચમહાલ જિલ્લો કુલ ૧૧ તાલુકાઓમાં વહેંચાયેલો છે. જેમાં ગોધરા, કાલોલ, હાલોલ, શહેરા, જાબુંઘોડા, લુણાવાડા, સંતરામપુર, ઘોઘંબા, ખાનપુર, કડાણા અને મોરવાહડફ તાલુકાઓનો સમાવેશ થાય છે. રાજય સરકાર દ્વારા નવીન લુણાવાડા પ્રાન્ત બનાવવામાં આવેલ છે. ૧૨૨૨ ગામોમાં વિસ્તરેલ આ જિલ્લામાં કુલ ૬૨૯ ગ્રામપંચાયતો છે. જિલ્લામાં ગોધરા, સંતરામપુર, હાલોલ, કાલોલ અને લુણાવાડા એમ કુલ ૫ નગરપાલિકાઓ છે.

જિલ્લાનો વનવિસ્તાર :

પંચમહાલ જિલ્લાના ગોધરા વનવિભાગ હેઠળ કુલ વન વિસ્તાર ૧૨૪૩.૪૪ ચો.કિ.મી. છે. જેમાં અનામત જંગલ ૧૨૨૧.૬૫ સંરક્ષિત જંગલ ૪.૩૫ ચો.કિ.મી.નો સમાવેશ થાય છે. આ વનવિસ્તાર હેઠળ જાંબુઘોડા તાલુકાનો સમગ્ર ૮૨.૦૨ ચો.કિ.મી. વિસ્તાર સેન્કરચુઅરી તરીકે જાહેર કરેલ છે. આ ઉપરાંત ગોધરા તાલુકાના અઘાલા, લુણાવાડા તાલુકાના કંતાર, સિંગ્રલી, ચનસર, ખાનપુર તાલુકાના મેણા ચોલ, ખાખરા અને મોરખાખરા વિસ્તાર પણ ગીચ ઝાડીથી છવાયેલ છે.

સિંચાઇ :

ગુજરાત રાજયની મધ્યમાં આવેલ પંચમહાલ જિલ્લાનું ભૂપૃષ્ઠ ખડકાળ અને ડુંગરાળ છે. આ જીલ્લામાં અપુરતો અને અનિયમિત

વરસાદ થાય છે. જિલ્લામાં દર વર્ષે અંદાજે ૭૦૦ મી.મી. જેટલો સરેરાશ વરસાદ પડે છે. જિલ્લાના ૯૦૬ ગામોના ૨૦૫૩ ફળીયાઓને જુદી જુદી ૧૧ જૂથ યોજના હેઠળ આવરી લેવામાં આવેલ છે. આ પૈકી ૫૫ ગામોના ૧૭૦ ફળીયાઓને આવરી લેતી બે જૂથ યોજનાના કામો પૂર્ણ થયેલ છે. ૭૯૩ ગામોનાં ૧૭૬૭ ફળીયાઓને આવરી લેતી આઠ જૂથ યોજનાઓના કામો પ્રગતિમાં છે. તેમજ ૫૮ ગામોના ૧૧૬ ફળીયાઓ માટેની નર્મદા મુખ્ય નહેર આધારિત પી.એમ. ૫ જૂથ યોજના મંજૂરીની પ્રક્રિયા હોય છે. ૮૨ ગામોના ૧૨૧ ફળીયાઓ વ્યકિતગત યોજના હેઠળ અને અન્ય ગામો ૨૫૭૯૦ હેન્ડપંપ દ્વારા પાણી મેળવે છે.

આરોગ્ય સેવાઓ :

જિલ્લામથક ગોધરા ખાતે એક સિવિલ હોસ્પિટલ જિલ્લામાં કુલ ૧૧ સામૂહિક આરોગ્ય કેન્દ્રો, ૮૨ પ્રાથમિક આરોગ્યકેન્દ્ર અને ૪૦૦ પ્રાથમિક આરોગ્ય પેટાકેન્દ્રો છે. તેમજ ૫ મોબાઈલ દવાખાના આવેલ છે.

શિક્ષણ :

૨૦૧૧ની વસ્તીગણતરી મુજબ જિલ્લામાં સારક્ષતાનું પ્રમાણ ૭૨.૩૨ ટકા જોવા મળે છે. જિલ્લા પંચાયત સંચાલિત પ્રાથમિક શાળાઓની સંખ્યા ૨૨૫૧ છે તેમજ માધ્યમિક શાળાની સંખ્યા ૩૨૩ ની છે. ઉચ્ચત્તર માધ્યમિક શાળાની સંખ્યા ૮૦ છે અને જિલ્લા વિવિધ ફેકલ્ટીની ૭૪ કોલેજો આવેલી છે.

ડેરીઉદ્યોગ :

પંચમહાલ-દાહોદના ખેડૂત પશુપાલકોએ છેલ્લા ત્રણ દાયકાથી સહકારી ડેરી ઉદ્યોગને સ્વીકાર્યો છે. સન ૧૯૭૩માં જિલ્લાના મુખ્ય મથક ગોધરા મૂકામે પંચમહાલ જિલ્લા સહકારી દૂધ ઉત્પાદક સંઘ

લિમિટેડની સ્થાપના કરવામાં આવી હતી. શરૂઆતના વર્ષો દરમ્યાન પોતાનો આગવો દૂધ પ્રક્રિયા પ્લાન્ટ ઉપલબ્ધ ન હોવાથી જિલ્લાની લગભગ ૫૦ દૂધ મંડળીઓનું દૈનિક ૭,૦૦૦ લીટર દૂધ ખેડા સાબરકાંઠા અને વડોદરાના પડોશી દૂધ સંઘોને મોકલવામાં આવતું હતું. સને ૧૯૭૮-૭૯ માં ગુજરાત ડેરી વિકાસ નિગમ દ્વારા દૈનિક ૩૦,૦૦૦ લીટરની ક્ષમતાવાળા શીત કેન્દ્રની સ્થાપના ગોધરા ખાતે કરવામાં આવી.

સને ૧૯૭૮-૭૯ માં જિલ્લામાં દૂધ મંડળીઓની કુલ સંખ્યા ૧૨૮ હતી અને દૂધ સંપાદન દૈનિક ૨૧,૦૦૦ લીટરનું હતું. વર્ષ ૧૯૯૮ સુધીમાં ૧૩૦૦ ઉપરાંત ગામડાઓમાં પ્રાથમિક સહકારી દૂધ મંડળીઓની સ્થાપના કરી. દોઢ લાખ પશુપાલકોને સહકારી ડેરી ઉદ્યોગમાં સહભાગી બનાવવામાં આવ્યાં હતા. સને ૨૦૦૫ ના વર્ષમાં પંચમહાલ અને દાહોદ જિલ્લામાં પંચમહાલ દૂધ ઉત્પાદક સહકારી સંઘ સંચાલિત દૂધ મંડળીઓમાં કુલ ૧.૭૫ લાખ સભાસદો છે. બંને જિલ્લામાં કુલ ૬ લાખ ઉપરાંત પશુધન પૈકી ૫૦ ટકા દૂધાળાં પશુઓ છે.

જિલ્લાના પ્રવાસધામો :

પાવાગઢ પર્વતની ટોચ પર બિરાજમાન આદ્યશકિતથી કાલિકા દેવીનું મંદિર આવેલું છે અને છાસિયું અને દૂધિયું તેલિયુ તળાવ આવેલું છે. લાખો શ્રદ્ધાળુઓ અને શકિત ઉપાસકો માટે આસ્થાનું પ્રતિક બની રહે છે અને ધાબાડુંગરીનું એકાક્ષી મંદિર પણ પ્રસિદ્ધ છે તેમજ તાજપુરા પ્રાચીન શિવમંદિર માટે જાણીતું છે. તેમજ સાસુની વાવ આ વાવ આશરે ઇસુની ૧૪મી, ૧૫મી સદીમાં બંધાઇ હોય તેમ જણાય છે. માનગઢહીલ એ આદિવાસી હત્યાકાંડ બ્રિટિશ સલ્તન અને ગુરૂ ગોવિંદસિંહે આદરેલું

ભગત આંદોલન રકતરંજીત ઈતિહાસ ધરબાયેલો પડયો છે. રાષ્ટ્રભાવનાના રંગે રંગાયેલ પાંચસો જેટલા નિદોર્ષ આદિવાસીઓને માનગઢના ગાઢ જંગલોમાં ૯૨ વર્ષ ગોરા અમલદારોના ઈશારે તોપો આગની ગોળાઓથી ક્રૂરતાપૂર્વક રહેસી નાખવામાં આવ્યા હતા. અહીં અખંડ ધુણી ધખાવીને ગુરૂ ગોવિંદસિંહે આદિવાસી પ્રજાને ભકિતના માર્ગે વાળવાની સાથે રાષ્ટ્રભાવનાના ગુણોનું સિંચન કરવાની આહલાદ્ક ભાવના જગાવી હતી.

જિલ્લામાં ચલચિત્ર અને ટી.વી.શ્રેણીને કચકડે-કંડારવા માટેના આદર્શ સ્થળો

વન્યસૃષ્ટિ અને આદિવાસી સંસ્કૃતિની વિશિષ્ટતા ધરાવતો પંચમહાલ જિલ્લો ડુંગરાળ અને જંગલ વિસ્તારમાં પથરાયેલ છે. હાલોલ, સંતરામપુર, ઘોઘંબા, જાંબુઘોડા, મોરવા, હડફ, કડાણા અને ખાનપુર વગેરે તાલુકાઓ રમણીય ડુંગરાળ અને વનરાજીથી આસ્વાદિત છે. જિલ્લાની નદીઓ જળાશયો અને નાના-મોટા બંધો થકી આસપાસની ધરા લીલીછમ બની રહે છે.

ગુજરાતની ગૌરવવંતી ઐતિહાસિક વિરાસત સમો રમણીય પાવાગઢ ડુંગર જિલ્લાના વિવિધ વિસ્તારોમાં પથરાયેલ પ્રાકૃતિક સૌંદર્ય વેરતી પર્વતીય હારમાળા નાની મોટી ટેકરીઓ વન્યસૃષ્ટિ, ખળખળ વહેતા ઝરણાં-નદીઓ, લીલીછમ વનરાજી અને પ્રાચીન કાળનાં અનુપમ શિલ્પસ્થાપત્યોની જાહોજલાલીથી સમૃદ્ધ એવા આ પંચમહાલ જિલ્લામાં પ્રવાસન અને ચલચિત્ર ઉધોગના વિકાસની ઉમદા તકો રહેલી છે.

સામાજીક વનીકરણ :

પંચમહાલ જિલ્લાનો વન વિસ્તાર :

પંચમહાલ જિલ્લાના ગોધરા વનવિભાગ હેઠળ કુલ વન વિસ્તાર ૧૨૪૩.૪૪ ચો.કિ.મી. છે. જેમાં અનામત જંગલ ૧૨૨૧.૬૫, સંરક્ષિત જંગલ ૪.૩૫ ચો.કી.મી.નો સમાવેશ થાય છે. આ વન વિસ્તાર હેઠળ જાંબુઘોડા તાલુકાનો સમગ્ર ૬૨.૦૨ ચો.કિ.મી. વિસ્તાર સેન્કચ્યુઅરી તરીકે જાહેર કરેલ છે. આ ઉપરાંત ગોધરા તાલુકાના અછાલા, લુણાવાડા તાલુકાના કંતાર, સિંગ્રલી, ચનસર, ખાનપુર તાલુકાના મેણા, ઢોલખાખરા અને મોરખાખરા વિસ્તાર પણ ગીચ ઝાડીથી છવાયેલ છે.

પંચમહાલ જિલ્લાની આંકડાકીય માહિતી (વર્ષ-૨૦૧૧) :

મુખ્ય મથક : ગોધરા

રેખાંશ : ૭૩.૧૫ અંશથી ૭૪ અંશ પૂર્વ રેખાશ

અક્ષાંશ : ૨૦.૩૦ અંશથી ૨૩.૩૦ અંશ ઉત્તર અક્ષાંશ

વિસ્તાર : ૫,૧૩,૮,૧૯ હેક્ટર

જંગલ વિસ્તાર : ૧,૪૨,૮૫,૬૯ હેક્ટર

તાલુકા : ૧૧

ગામડાં : ૧૨૨૨

નગરપાલિકા : ૦૫

ગ્રામ પંચાયતો : ૬૨૯

કુલ વસ્તી : ૨૩૮૮૨૬૭

ગ્રામીણ વસ્તી : ૨૦૫૫૯૪૯

શહેરી વસ્તી : ૩૩૪૮૨૭

અનુસૂચિત જનજાતિની વસ્તીઃ ૭૨૧૬૦૪

વસ્તી ગીચતા : ૪૫૮

જાતિપ્રમાણ : ૯૪૫
સાક્ષરતાનું પ્રમાણ : ૭૨.૩૨
સરેરાશ વરસાદ : ૧૦૨૬ મી.મી.
પ્રાથમિક આરોગ્ય કેન્દ્ર : ૬૨
પ્રાથમિક આરોગ્ય પેટા કેન્દ્રો : ૪૦૦
સામૂહિક આરોગ્ય કેન્દ્રો : ૧૧
વાજબી ભાવની દુકાનો : ૬૪૫
ખેડાણલાયક જમીન : ૨,૮૯,૧૭૨ હેકટર
બિનખેડાણવાળી જમીન : ૨,૨૪,૬૪૭ હેકટર
માર્ગ : રાજય ધોરીમાર્ગ : ૫૭૬ કિ.મી. ગ્રામ્ય માર્ગ :
પંચાયત અને રાજય હસ્તકના ૧૦૦૯ કિ.મી.
વસ્તી : પુરુષ : ૧૨૨૭૮૦૫, સ્ત્રી : ૧૧૬૦૪૬૨
કુલ : ૨૦,૨૫,૨૭૭
પ્રાથમિક શાળાઓ : ૨૨૫૧
પ્રાથમિક શાળાનાં ઓરડાઓ : ૯૫૩૯
માધ્યમિક શાળાઓ : ૩૨૩
ઉચ્ચત્તર માધ્યમિક શાળાઓ : ૮૦
કોલેજો : ૧૪
મુખ્ય પાક : મકાઈ, બાજરી, તુવેર, મગ, મઠ, મગફળી,
શાકભાજી
લઘુઉધોગો : ૩,૭૭૭

મોટા અને મધ્યમ કદના ઉધોગો : ७૯

નદીઓ : ૯ (મહી, પાનમ, ભાદર, કરાડ, ગોમા, દેવ,

મેશરી, કુણ, વાંકડી)

જળાશયો : ૪ (પાનમ, કડાણા, કરાડ અને ગોમા)

મેળાઓ : જન્માષ્ટમીનો મેળો અંકલેશ્વર મહાદેવ-ગોધરા,

આમલી અગિયારસનો મેળો-ટુવા, ચૈત્રી પુનમનો

મેળો-પાવાગઢ, રવેડીનો મેળો અને ઘોડિયારનો

મેળો-સંતરામપુર, નદીનાથ (મહા શિવરાત્રીનો મેળો)

- કડાણા, શિવરાત્રીનો મેળો - મરડેશ્વર મહાદેવ,

કુતુબશાહનો મેળો - કારંટા.

જોવાલાયક સ્થળો : યાત્રાધામ પાવાગઢ, ચાંપાનેર, ગરમ ઠંડા પાણીના

કુંડ, ટુવા, કલેશ્વરી નાળ, મરડેશ્વર મહાદેવ,

માનગઢ હીલ, ધાબા ડુંગરી, ગુપ્તેશ્વર મહાદેવ.

સમાપન :

પ્રસ્તુત પ્રકરણમાં અભ્યાસ હેઠળનાં સંશોધન ક્ષેત્રની ભૌગોલિક પૃષ્ઠભૂમિકા સમજવાનો પ્રયત્ન કર્યો છે. જેમાં ભારત, ગુજરાત રાજય તથા સંશોધન ક્ષેત્ર હેઠળના બે જિલ્લાઓ અનુક્રમે દાહોદ અને પંચમહાલ વિશેની ભૌગોલિક વસ્તીવિષયક, શિક્ષણ, આરોગ્ય અને મૂળભૂત માળખાકીય સુવિધા અંગેની વિગતવાર માહિતી આપવામાં આવેલ છે. હવે પછીના પ્રકરણમાં અભ્યાસ હેઠળના પંચાયતીરાજનો ઉદ્ભવ-વિકાસ અને તેનું વહીવટી માળખું સમજવાનો પ્રયત્ન કરીશું.

DÑfv$pspAp¡"u kpdprS>L$-Apr'®L$

પ્રસ્તાવના :

સામાજિક સંશોધનમાં અભ્યાસ હેઠળનાં ઉત્તરદાતાઓની સામાજિક-આર્થિક પાર્શ્વભૂમિકા જાણવી પ્રસ્તુત અભ્યાસમાં મહત્વની છે. કારણ કે તેના આધારે આપણને સમાજમાં તેઓનું સ્થાન અને તેમના જીવનનો ખ્યાલ આવી શકે છે. આ ઉપરાંત વ્યકિતની સામાજિક-આર્થિક પાર્શ્વભૂમિકા વિવિધ ક્ષેત્રોમાં તેની કામગીરીને પણ નિર્ણાયક રીતે પ્રભાવિત કરે છે. જયારે કોઈપણ સામાજિક ઘટના કે સામાજિક સમસ્યાઓનો સમાજશાસ્ત્રીય અભ્યાસ કરીએ ત્યારે તેનો યથાર્થ ખ્યાલ મેળવવા માટે તેની સામાજિક-આર્થિક પાર્શ્વભુમિકાની અર્થપૂર્ણ સમજ મેળવવી જરૂરી છે. આ સમજ જે તે સામાજિક ઘટના કે સમસ્યાથી વધુ સ્પષ્ટ માહિતી પુરી પાડે છે. આ ભૂમિકાને અનુલક્ષીને પ્રસ્તુત અભ્યાસનો એક મુખ્ય હેતુ અભ્યાસ હેઠળના ઉત્તરદાતાઓની સામાજિક-આર્થિક પાર્શ્વભૂમિકા તપાસવાનો છે. આ હેતુના સંદર્ભમાં અભ્યાસ હેઠળનાં ઉત્તરદાતાઓની ઉંમર, વૈવાહિક દરજજો, શિક્ષણ, કુટુંબનું કદ અને પ્રકાર, જ્ઞાતિ, ધર્મ, કૌટુંબિક આવક, મકાનનો પ્રકાર, વ્યવસાય અને ભૌતિક સુવિધાઓ વગેરેનો સમાવેશ કરેલ છે. પ્રસ્તુત પ્રકરણમાં ઉત્તરદાતાઓની સામાજિક-આર્થિક પાર્શ્વભૂમિકાની માહિતી રજૂ કરવાનો પ્રયાસ કર્યો છે, જે આ પ્રમાણે છે.

ઉત્તરદાતાઓનું વયજૂથ :

વય કે ઉંમર શારીરિક પરિબળ છે. વ્યકિતની વય વધવાની સાથે તેના દરજજામાં પણ ફેરફાર થાય છે. બાલ્યાવસ્થા, યુવાવસ્થા અને વૃદ્ધાવસ્થા જેવી મુખ્ય ત્રણ દરજજા અવસ્થાઓ ઉંમર પર રચાયેલી છે. વયજુથ જૈવિક અને સમાજશાસ્ત્રીય મહત્વ ધરાવે છે. વય વધવા સાથે

44

અનુભવનું ક્ષેત્ર, પરિપકવતા, મૂલ્યો, ધોરણો અને સાથે વિચારસરણીની સજ્જતા અને તેમાંથી ઉદ્ભવતું વર્તન જે વર્તનની તરાહ અને મૂલ્યનાં સંદર્ભમાં અલગ-અલગ હોય છે. આ બધા સાથે ગાઢ સહસંબંધ ધરાવે છે. સામાન્ય રીતે યુવાન વય સાથે પ્રગતિશીલ તથા આધુનિક વિચારો તેમજ કાર્યશકિત અને કાર્યક્ષમતા સંકળાયેલા છે. જયારે વૃદ્ધ વયનાં સભ્યો સાથે પરંપરાગત અને રૂઢિચુસ્ત વિચારો-વલણો તેમજ કાર્યશકિત તેમજ કાર્યક્ષમતા સંકળાયેલા છે. આ રીતે જોતા સભ્યપદની ભૂમિકા તેઓની ઉંમર દ્વારા પ્રભાવિત થતી હોય છે. આવા જ સંદર્ભમાં પ્રસ્તુત અભ્યાસ હેઠળના ઉત્તરદાતાઓની વયજૂથ તપાસવાનો પ્રયાસ કર્યો છે.

ઉત્તરદાતાઓનું વયજૂથનું પ્રમાણ દર્શાવતું કોષ્ટક

અ.નં.	વયજૂથ	સંખ્યા	ટકા
૧.	૪૧ થી ૫૦	૧૦૩	૪૧.૨૦%
૨.	૩૧ થી ૪૦	૯૨	૩૬.૮૦%
૩.	૨૧ થી ૩૦	૪૨	૧૬.૮૦%
૪.	૫૧ કે તેથી વધારે	૧૩	૫.૨૦%
	કુલ	**૨૫૦**	**૧૦૦%**

ઉપરોકત કોષ્ટક પરથી સ્પષ્ટ જણાય છે કે બહુમતી ૪૧.૨૦% ઉત્તરદાતાઓની વય ૪૧ થી ૫૦ વર્ષ માલુમ પડી છે, જયારે ૩૬.૮૦% ઉત્તરદાતાઓની વય ૩૧ થી ૪૦ જોવા મળી હતી અને ૧૬.૮૦% ઉત્તરદાતાઓની વય ૨૧ થી ૩૦ વર્ષની જોવા મળી હતી, જયારે ૫૧ કે તેથી વધારે ૫.૨૦% ઉત્તરદાતાઓની વય અલ્પ પ્રમાણમાં જોવા મળી

હતી. **જી.રામ.રેડ્ડીએ (૧૯૬૪:૧૭૭)** અગાઉ આંધ્રપ્રદેશમાં પુરુષ સરપંચોના અભ્યાસમાં ૪૦ થી ૫૦ વર્ષની વય ધરાવતા પુરુષ સરપંચોનું પ્રમાણ વધુ (૬૭.૭%) હોવાનું નોધ્યું છે. **પુરણમલ યાદવે (૨૦૦૫:૧૪૨)** રાજસ્થાન રાજયના સંદર્ભમાં પંચાયતી રાજ અને દલિત વિષય પર મહિલા સરપંચોના અભ્યાસમાં ૩૫ થી ૪૫ વર્ષની વય ધરાવતા મહિલા સરપંચોનું પ્રમાણ (૫૬%) હોવાનું નોધ્યું છે. આ બન્ને અભ્યાસોના તારણો પ્રસ્તુત અભ્યાસના તારણનું સમર્થન કરે છે.

ઉપર્યુકત માહિતીના આધારે એમ કહી શકાય કે પ્રસ્તુત અભ્યાસમાં યુવાન વયના ઉત્તરદાતાઓનું પ્રમાણ ઓછું જોવા મળ્યું છે. તેનું કારણ એ છે કે પંચાયતની કામગીરીના અનુભવોનો અભાવ, આર્થિક પ્રશ્ન, રાજકીય પક્ષોનું પ્રભુત્વ વગેરે છે. જે આ હોદ્દા સંભાળવાથી વિમુખ રાખતા હોવાનું પ્રતિબિંબિત થાય છે. પ્રસ્તુત અભ્યાસ હેઠળનાં ઉત્તરદાતાઓમાં મધ્યમ અને પ્રૌઢ વયજુથનાં સભ્યોનું પ્રમાણ સવિશેષ છે. તેનું કારણ પુખ્તતા, નિર્ણય લેવામાં પ્રતિબદ્ધતા તથા કાર્યશીલ વિચારસરણી વિશાળ અનુભવનો પરિપાક, રાજકીય પક્ષ સાથે ઘેરાબો હોય છે. આથી સુચવી શકાય છે કે તેઓ તાલુકા પંચાયતના ગ્રામીણ વિસ્તારના વિકાસમાં કાર્યાત્મક ભૂમિકા ભજવી શકશે.

ઉત્તરદાતાઓનો વૈવાહિક દરજ્જો :

સમાજમાં વ્યકિત વિવિધ પ્રકારના દરજ્જા ધરાવે છે. વ્યકિતનો લગ્ન વિષયક દરજ્જો જાણવાથી તે વ્યકિત પરણિત છે કે અપરણિત છે કે વિધુર તેનો ખ્યાલ આવી શકે છે. વ્યકિતનો લગ્નવિષયક દરજ્જો તેનું સમાજમાં કે કુટુંબમાં સ્થાન દર્શાવવાની સાથે સાથે તેની સામાજિક જવાબદારીનું ફલક પણ સુચવે છે. પ્રસ્તુત અભ્યાસમાં ઉત્તરદાતાઓનું

લગ્ન વિષયક દરજ્જાને નીચે મુજબના કોષ્ટકમાં વર્ગીકરણ દ્વારા જાણવાનો પ્રયત્ન કર્યો છે.

ઉત્તરદાતાઓના વૈવાહિક દરજ્જાનું પ્રમાણ દર્શાવતું કોષ્ટક

ક્રમ	**વૈવાહિક દરજ્જો**	**સંખ્યા**	**ટકા**
૧.	પરણિત	૨૪૨	૯૬.૮૦%
૨.	અપરણિત	૦૬	૨.૪૦%
૩.	વિધવા	૦૨	૦.૮૦%
કુલ	-	**૨૫૦**	**૧૦૦%**

ઉપરોકત વર્ગીકરણ તપાસતા જણાય છે કે અભ્યાસ હેઠળના વિશાળ સંખ્યાના ઉત્તરદાતાઓ (૯૬.૮૦%) પરણિત છે, જયારે અપરણિત અને વિધવા ઉત્તરદાતાઓનું પ્રમાણ ૩.૨૦% જણાયું હતુ. **મેથ્યું જયોર્જ (૧૯૯૫:૪૯)** અગાઉ કરેલા કર્ણાટક રાજયના પંચાયતીરાજ સંસ્થામાં સહભાગી મહિલાઓના સંદર્ભમાં વિશાળ બહુમતી (૯૨.૩૩%) મહિલાઓ પરણિત હોવાનું નોધ્યું છે અને **રમેશ મકવાણાએ (૨૦૦૪:૭૦)** અગાઉ કરેલા મહિલા સરપંચો પરના અભ્યાસમાં પરણિત મહિલા સરપંચોનું પ્રમાણ વધુ (૯૬.૪૦%) હોવાનું નોધ્યું છે. આ બંને અભ્યાસના તારણો પ્રસ્તુત અભ્યાસના તારણ સાથે મળતા આવે છે. **સમાજશાસ્ત્રી મજુમદારે ૧૯૬૨** માં બૈલા ગામના ખાસા જ્ઞાતિના ૧૫૦ કુટુંબોમાં લગ્નપ્રથાનો અભ્યાસ કર્યો હતો. તેઓ જણાવે છે કે લગ્નપ્રથા આદર્શ છે અને તે લગ્નનું સામાન્ય સ્વરૂપ છે. જેમાં ઉચ્ચ જ્ઞાતિઓના ૫૦ ટકા કુટુંબોમાં સમૂહ લગ્ન જોવા મળ્યા હતા, જયારે નિમ્ન જ્ઞાતિઓમાં આવા લગ્નનું પ્રમાણ ૨૫ ટકા

હતું. આ ગામમાં લગભગ ૩૫% કુટુંબોમાં એકસાથી લગ્ન હતા. આમ, લગ્ન એ પ્રત્યેક સમાજમાં આદર્શ સંસ્કાર છે.

ઉપરની માહિતીના આધારે કહી શકાય કે પ્રસ્તુત અભ્યાસમાં પરણિત ઉત્તરદાતાઓનું પ્રમાણ સવિશેષ છે. આ ઉત્તરદાતાઓ સામાજિક સંબંધો સાચવવાની જવાબદારી વિશેષ હોવાથી તેઓ મળેલા હોદ્દા વિષયક ભૂમિકા ભજવવામાં અમુક અંશે મુશ્કેલી અનુભવે છે. આમ છતાં પ્રસ્તુત અભ્યાસમાં કેટલાક મહિલા સભ્યો કે તેઓ જે કુટુંબમાંથી આવતી હોય તે કુટુંબ જાહેર જીવન અને રાજકારણ સાથે સંકળાયેલું હતું. આથી તેઓ તાલુકા પંચાયતના સભ્યપદની ભૂમિકા અને તે અંગેની કામગીરીથી અમુક અંશે માહિતગાર જણાઈ હતી.

૪.૪ ઉત્તરદાતાઓના કુટુંબનું કદ :

કુટુંબમાં સભ્યોની સંખ્યાના આધારે કુટુંબનું કદ નાનું મોટું કે મધ્યમ દર્શાવવામાં આવે છે. કુટુંબનું કદ વ્યકિતનો ઉછેર, જીવનધોરણ અને જરૂરિયાતોની પરિપૂર્ણતા ઉપર અસર કરે છે. ખાસ કરીને વર્તમાન સમયમાં એક એવી ધારણા છે કે નાના અને વિભકત કુટુંબમાં વ્યકિતના ઉછેર કે જરૂરિયાતોની પરિપૂર્તિ સારી રીતે થાય છે. જયારે વધુ સંખ્યા ધરાવતા કુટુંબમાં આ બાબત મુશ્કેલ બની રહે છે. અભ્યાસ હેઠળનાં ઉત્તરદાતાઓના કુટુંબના કદ અંગેની માહિતી નીચેના કોષ્ટકમાં દર્શાવવામાં આવી છે.

કોષ્ટક નં. ૪.૪

ઉત્તરદાતાઓના કુટુંબના કદના આધારે વર્ગીકરણ

અ.નં.	કુટુંબનું કદ	સંખ્યા	ટકા
૧.	નાનું કુટુંબ (૧ થી ૪ સભ્ય)	૧૨૩	૪૯.૨૦%
૨.	મધ્યમ કુટુંબ (૫ થી ૮ સભ્ય)	૧૦૨	૪૦.૮૦%

૩.	મોટું કુટુંબ (૮ થી વધુ સભ્યો)	૨૫	૧૦.૦૦%
	કુલ	**૨૫૦**	**૧૦૦%**

ઉપરોકત માહિતી તપાસતાં જણાય છે કે અભ્યાસ હેઠળના બહુમતી ઉત્તરદાતાઓ નાના કદના અડધા ૪૯.૨૦%, તેનાથી થોડા ઓછા ૪૦.૮૦% મધ્યમ કદના કુટુંબમાં રહે છે. તેનું કારણ ઉચ્ચ મહત્વકાંક્ષા, વ્યાવસાયિક ગતિશીલતા, વધુ વૈયકિતતા અને વધુ સ્વાતંત્ર્ય જેવા મુખ્ય પરિબળો જવાબદાર જણાયા હતા. પ્રસ્તુત અભ્યાસમાં મોટા કુટુંબોનું પ્રમાણ અલ્પ જણાયું હતું. તેનું કારણ શિક્ષણ, શહેરીકરણ અને ઉધોગીકરણ જેવા પરિબળો જવાબદાર જણાયા હતા. આધુનિક સમયમાં આવા મોટા કદનાં અને સર્વોચ્ચ માત્રાની સંયુકતતા ધરાવતા કુટુંબોનું પ્રમાણ ઘટતું જાય છે. ભારતના પ્રખ્યાત સમાજશાસ્ત્રી **ડૉ. આઇ.પી.દેસાઇ** આ વિશે નોંધે છે કે મહુવાના ૪૨૩ કુટુંબોના અભ્યાસમાં સંયુકત કુટુંબનું કે જેમાં સર્વોચ્ચ માત્રાની સંયુકતા હતી તેવા કુટુંબો માત્ર ૯૦ (૨૭%) જ જોવા મળ્યા હતા. **ડૉ. શ્રી વાસ્તવ અને ડૉ. શર્માના** ૮૦૧ કુટુંબોના અભ્યાસમાં રૂઢિગત સંયુકત કુટુંબો માત્ર ૭૩ (૯.૧૧%) હતા. આ બંને વિદ્વાનો તેમના અભ્યાસના આધારે જણાવે છે કે નાના કદનું કુટુંબ એ સામાન્ય પ્રવાહ છે. આમ ઉપર્યુકત બંને અભ્યાસોના તારણો પ્રસ્તુત અભ્યાસના તારણને અનુમોદન આપે છે.

ઉપરોકત બાબતથી એમ કહી શકાય કે નાના કુટુંબોમાંથી આવતા મોટાભાગના (૪૯%) ઉત્તરદાતાઓ સભ્ય તરીકેની કામગીરી અસરકારક રીતે કરી શકવાની સંભાવના વિશેષ છે. કારણ કે તેઓ

શિક્ષિત, અનુભવ, સ્વતંત્ર, આર્થિક રીતે સમૃદ્ધ, રાજકીય પક્ષ સાથે ઘેરાબો, તાલુકા પંચાયતના મહત્વના નિર્ણયોમાં બહુમતી સભ્યો તેમના નિર્ણયને સમર્થન કરતાં હોવાને કારણે તેઓ પંચાયતની કામગીરી યોગ્ય રીતે કરી શકતા હતા.

પ્રસ્તુત અભ્યાસમાં મોટા કુટુંબોના ધ્યાનપાત્ર સભ્યોને તાલુકા પંચાયતમાં સભ્ય તરીકે કામગીરીને ભજવવામાં અવરોધરૂપ હોવાનું જણાવે છે. કારણ કે તેઓ નિરક્ષર, પંચાયતના કાર્યમાં અરૂચિ, તાલુકા પંચાયતના મહત્વના નિર્ણયમાં પ્રમુખનું વર્ચસ્વ વગેરે પરિબળો જવાબદાર જણાયા હતા.

ઉત્તરદાતાઓના કુટુંબનો પ્રકાર :

પરંપરાગત ભારતીય સમાજમાં કુટુંબનું એક આગવું અને વિશિષ્ટ સ્થાન હતું અને વર્તમાન સમયમાં પણ અમુક અંશે તેનું અસ્તિત્વ છે. સામાન્ય રીતે ભારતીય સમાજમાં કુટુંબને બે વિભાગમાં વહેંચવામાં આવે છે. એક વિભકત કુટુંબ અને બીજું સંયુકત કુટુંબ. વિભકત કુટુંબ એટલે જેમાં પતિ-પત્ની અને તેમના અપરિણિત બાળકોનો સમાવેશ થાય છે અને સંયુકત કુટુંબ કે જેમાં બે કે તેથી વધુ પેઢીના સભ્યો સાથે રહેતા હોય છે. આમ છતાં કુટુંબનો પ્રકાર સમાજના વ્યાવસાયિક માળખા સાથે ચોકકસ સંબંધ ધરાવે છે. સંયુકત કુટુંબ મહદ્અંશે પરંપરાગત મૂલ્યો સાથે સંકળાયેલું હોય છે. વિભકત કુટુંબ આધુનિક મૂલ્યો સાથે સંકળાયેલું હોય છે. આ ઉપરાંત સંયુકત કુટુંબમાં કુટુંબની રાજકીય બાબતોની તમામ સત્તા કુટુંબના વડાના હાથમાં હોય છે. પ્રસ્તુત અભ્યાસ હેઠળનાં ઉત્તરદાતાઓ કયા પ્રકારનાં કુટુંબમાંથી આવે છે અને તેમના સામાજિક જીવન પર તેની કેવી અસર થાય છે તેનું વિશ્લેષણ નીચેના કોષ્ટકમાં તપાસવાનો પ્રયત્ન કર્યો છે.

ઉત્તરદાતાઓના કુટુંબના પ્રકારના આધારે વર્ગીકરણ

અ.નં.	કુટુંબનો પ્રકાર	સંખ્યા	ટકા
૧.	વિભકત કુટુંબ	૧૫૭	૬૨.૮૦%
૨.	સંયુકત કુટુંબ	૯૩	૩૭.૨૦%
	કુલ	**૨૫૦**	**૧૦૦%**

ઉપરની આંકડાકીય માહિતી પરથી સ્પષ્ટ થાય છે કે અભ્યાસ હેઠળના મોટાભાગના ઉત્તરદાતાઓ (૬૨.૮૦%) વિભકત કુટુંબમાં રહે છે તેનાથી અલ્પ પ્રમાણમાં ૩૭.૨૦% સંયુકત કુટુંબમાં રહે છે. **નિરૂપમા વ્યાસે (૧૯૯૨-૪૮)** અગાઉ કરેલા મહિલા સરપંચો પરના અભ્યાસમાં વિભકત કુટુંબ પ્રમાણ વધુ (૫૫%) હોવાનું નોંધ્યું છે. **કુસુમ ભોજાણીના (૧૯૯૬:૫૯)** અગાઉ કરેલા પંચાયતી રાજમાં સ્ત્રીઓની ભૂમિકા પરના અભ્યાસમાં (૫૧.૬૪%) વિભકત કુટુંબમાં રહે છે તેમ નોંધ્યું છે. ઉપરોકત બંને અભ્યાસોના તારણો પ્રસ્તુત અભ્યાસના તારણને અનુમોદન કરે છે.

ડૉ. ઇરાવતી કર્વે નોંધે છે કે તેમણે ૪૫૦ સમાજોના અભ્યાસના આધારે કહ્યું છે કે પશ્ચિમી ઢબના સાચા અર્થમાં વિભકત કુટુંબો બહુ જોવા મળે છે અને વિભકત કુટુંબ એ પશ્ચિમની સમાજની દેણગી છે. આ જ બાબત **મરડોક** નામના વિદ્વાન ૨૫૦ સમાજોના અભ્યાસના આધારે એવા તારણ પર આવે છે કે પ્રત્યેક સમાજમાં અમુક સ્વરૂપનું વિભકત કુટુંબ જોવા મળે છે. એટલે કે વિભકત કુટુંબ સાર્વત્રિક છે.

પરંપરાગત હિંદુ સંયુકત કુટુંબમાં આજે પરિવર્તન આવી રહ્યું છે. પરિવર્તનની આ પ્રક્રિયા ચાલુ જ છે. હજી તેનો અંત આવ્યો નથી. બીજી તરફ **પ્રો. આઇ.પી.દેસાઇ, એમ.એસ.ગોરે, એ.એમ.શાહ, કાપડિયા**

વગેરે સમાજશાસ્ત્રીઓએ વર્તમાન સંયુકત કુટુંબોનો અભ્યાસ કરી અનુમાન તારવ્યું છે કે પરિવર્તનના વિવિધ પરિબળોના કારણે ભારતીય સમાજમાં હિંદુ સંયુકત કુટુંબપ્રથામાં નોંધપાત્ર પરિવર્તન વિભકત કે વિસ્તરીત કુટુંબો અસ્તિત્વમાં આવી રહ્યા છે એમ કહી શકાય. આમ, ઉપરોકત અભ્યાસના તારણો પ્રસ્તુત અભ્યાસના તારણને સમર્થન આપે છે.

આ બાબત પરથી કહી શકાય કે પ્રસ્તુત અભ્યાસમાં વિભકત કુટુંબની તુલનામાં સંયુકત કુટુંબનું પ્રમાણ અલ્પ છે. અભ્યાસ હેઠળના ૩૭.૨૦% ઉત્તરદાતાઓ સંયુકત કુટુંબમાં રહેતા હોવાથી કૌટુંબિક જવાબદારી, સામાજિક સંબંધો સાચવવાની જવાબદારી, પંચાયતના કામ માટે યોગ્ય સમય આપી શકતા નથી તેમજ આર્થિક પરિસ્થિતિ નબળી વગેરે પરિબળોને કારણે તેઓ સભ્ય તરીકેની કામગીરી કરવામાં મુશ્કેલી અનુભવે છે. જયારે વિભકત કુટુંબમાંથી આવતા નોંધપાત્ર (૬૨.૮૦%) ઉત્તરદાતાઓ તાલુકા પંચાયતની કામગીરી યોગ્ય રીતે કરતા જણાયા હતા. તેનું કારણ એ છે કે સ્વતંત્રતા જાહેર જીવનમાં રસ, ઓછી કૌટુંબિક જવાબદારી, શિક્ષણ, અનુભવ, લોકસેવા કરવાની ભાવના વગેરે પરિબળો જવાબદાર જણાયા હતા. આથી તેઓમાં તાલુકાપંચાયતની કામગીરી અસરકારક રીતે કરી શકવાની સંભાવના વિશેષ રહેલી છે, તેવું સુચિત કરે છે.

ઉત્તરદાતાઓની જાતિ :

સમાજમાં વ્યકિત જન્મતાની સાથે જ સ્ત્રી કે પુરુષ એમ બે પ્રકારનો દરજ્જો પ્રાપ્ત કરે છે. ભારત જેવા પરંપરાગત સમાજમાં વ્યકિતની જીવનશૈલી તથા સામાજિક અને આર્થિક વર્તણુંક તેના જાતીય દરજ્જાથી પ્રભાવિત થયેલી હોય છે. વ્યકિતનો ઉછેર,

વ્યવસાય, શિક્ષણ અને કાર્યક્ષમતા વગેરે બાબતો પણ જાતિના દરજ્જા દ્વારા આર્થિક રીતે નિર્ધારીત થતી હોય છે. પરંપરાગત ભારતીય સમાજમાં આ દરજ્જાને આધારે વિવિધ ક્ષેત્રોમાં પુરુષ કે સ્ત્રી સભ્યો વચ્ચે તફાવત પાડી અને સ્ત્રીઓ તરફ ચોકકસ ભેદભાવ રખાતા હોવાથી આ સંદર્ભમાં જ અભ્યાસ હેઠળના ઉત્તરદાતાઓનો જાતિય દરજ્જો તપાસવાનો પ્રયાસ કર્યો છે.

ઉત્તરદાતાઓની જાતિના આધારે વર્ગીકરણ

અ.નં.	ઉત્તરદાતાની જાતિ	સંખ્યા	ટકા
૧.	પુરુષ	૧૬૩	૬૫.૨૦%
૨.	સ્ત્રી	૮૭	૩૪.૮૦%
	કુલ	**૨૫૦**	**૧૦૦%**

ઉપરોકત કોષ્ટકના આધારે વર્ગીકરણ કરતાં સ્પષ્ટ જણાય છે કે બહુમતી (૬૫.૨૦%) ઉત્તરદાતાઓ પુરુષો જણાયા, જયારે ૩૪.૮૦% ઉત્તરદાતાઓ મહિલા જોવા મળે છે.

આ માહિતી પરથી નોંધી શકાય કે પ્રસ્તુત અભ્યાસ હેઠળના નોંધપાત્ર (૬૫.૨૦%) પુરુષ ઉત્તરદાતાઓ જણાયા હતા. તેનું કારણ કે તેઓને જાહેરજીવનમાં રસ, શિક્ષિત, આત્મવિશ્વાસુ, રાજકીય પક્ષોનો સહકાર, સમૃદ્ધ, પોતાની જ્ઞાતિનું વર્ચસ્વ વગેરે પરિબળોને લીધે તેઓ પંચાયતમાં સભ્ય તરીકે ચુંટાઈ આવતા હોવાનું જણાય છે. જયારે અલ્પ પ્રમાણમાં ૩૪.૮૦% મહિલાઓ જોવા મળે છે. તેનું કારણ એ છે કે ભારતીય બંધારણના ૭૩માં સુધારાને કારણે સ્થાનિક પંચાયતોમાં મહિલાઓને ૩૩% સ્થાન મળ્યું છે, તેવું સુચિત કરે છે.

ઉત્તરદાતાઓના શિક્ષણનું સ્તર :

વ્યકિતના સામાજિક-આર્થિક પાર્શ્વભૂમિકાનાં એક અગત્યના પાસાં તરીકે શિક્ષણનું મહત્વનું સ્થાન છે. સમાજજીવનનાં વિભિન્ન ક્ષેત્રોમાં શિક્ષણનું મહત્વ વધતું જાય છે. સમાજમાં આર્થિક રીતે નબળા ગણાતાં સમુહોમાં પણ સરકારી નીતિ અને સવલતોને પરિણામે શિક્ષણનું મહત્વ અને પ્રમાણ વધતું જાય છે. વ્યકિતનું સામાજિક આર્થિક સ્થાન તેમજ કોઈપણ સમાજની સભ્યતાનું સ્તર નકકી કરવા માટે શિક્ષણ મહત્વનો માપદંડ ગણાય છે. વ્યકિત શિક્ષણ પ્રાપ્ત કરીને પોતાના દરજ્જામાં પરિવર્તન લાવી શકે છે. ટૂંકમાં શિક્ષણ એ વ્યકિતને નોકરી મેળવી આપવામાં તથા વ્યવસાય અંગેની ગોઠવણ કરવામાં અગત્યનો ફાળો આપે છે. અર્થાત શિક્ષણથી વ્યકિતના વ્યકિતત્વનો વિકાસ થાય છે. પ્રસ્તુત અભ્યાસ હેઠળનાં ઉત્તરદાતાઓના શિક્ષણનાં સ્તરને નીચેના કોષ્ટકમાં આપેલ છે.

ઉત્તરદાતાઓના શિક્ષણનું સ્તર દર્શાવતું કોષ્ટક

અ.નં.	ઉત્તરદાતાઓના શિક્ષણનું સ્તર	સંખ્યા	ટકા
૧.	નિરક્ષર અને સાક્ષર	૯૬	૩૮.૪૦%
૨.	પ્રાથમિક	૬૨	૨૪.૮૦%
૩.	માધ્યમિક	૩૬	૧૪.૪૦%
૪.	ઉચ્ચત્તર માધ્યમિક	૨૮	૧૧.૨૦%
૫.	સ્નાતક	૧૨	૦૪.૮૦%
૬.	અનુસ્નાતક	૧૦	૦૪.૦૦%
૭.	વ્યવસાયલક્ષી	૦૬	૦૨.૪૦%
	કુલ	૨૫૦	૧૦૦%

ઉપરોકત કોષ્ટક ઉપરથી સ્પષ્ટ થાય છે કે અભ્યાસ હેઠળના નોંધપાત્ર ૩૮.૪૦% ઉત્તરદાતાઓ નિરક્ષર અને સાક્ષર ૨૪.૮૦% પ્રાથમિક શિક્ષણ મેળવેલ અને ૧૪.૪૦% માધ્યમિક શિક્ષણ અને ૧૧.૨૦% ઉચ્ચ માધ્યમિક શિક્ષણ તેમજ ૮.૮૦% સ્નાતક અને અનુસ્નાતક શિક્ષણ મેળવેલ ખૂબ જ ઓછા ૨.૫૦% ઉત્તરદાતાઓ બી.એડ્. જેવી વ્યવસાયલક્ષી તાલીમ પ્રાપ્ત કરેલા જણાયા હતા. **રમેશ મકવાણાએ (૨૦૦૪:૭૫)** અગાઉ કરેલા મહિલા સરપંચોના અભ્યાસમાં નિરક્ષર મહિલા સરપંચો (૪૬%) હોવાનું નોધાયું છે અને **પુરણમલ યાદવે (૨૦૦૫:૧૯૨)** અગાઉ કરેલા મહિલા સરપંચોના અભ્યાસમાં નિરક્ષર મહિલા (૫૨.૩૩%) હોવાનું નોધ્યું. ઉપરોકત બંને અભ્યાસોના તારણો પ્રસ્તુત અભ્યાસના તારણને સમર્થન આપે છે.

ઉપરોકત હકીકતોને આધારે નોંધી શકાય કે બહુમતી પુરુષ અને મહિલાઓ શિક્ષણની પ્રાથમિક અને માધ્યમિક, સ્નાતક, અનુસ્નાતક કક્ષા સુચવે છે. શિક્ષણના કાર્યમાં રસ, રુચિ અને આવડત સાથે સંબંધ હોય છે. શિક્ષણથી પુરુષો અને મહિલા સભ્યો તાલુકા પંચાયતમાં તેમની કાર્ય ભૂમિકાને પ્રભાવી ઢંગથી ભજવવામાં સહાયક સાબિત થતું જણાય છે. જયારે ધ્યાનપાત્ર ઉત્તરદાતાઓ નિરક્ષર હોવાથી પોતાની ભૂમિકાને ફરજોથી સભાન થવામાં બાધક બને છે. જેના કારણે તેઓ તેમની કામગીરી કરવામાં મુશ્કેલી અનુભવે છે.

આ અંગે પ્રસ્તુત અભ્યાસમાં વિશેષ જાણવા મળ્યું કે જે ઉત્તરદાતાઓ શિક્ષિત છે તેમાં પણ ખાસ કરીને માધ્યમિક અને ઉચ્ચ શિક્ષણ પ્રાપ્ત કરેલ છે તે તાલુકા પંચાયતની કામગીરી અને કાર્યો વિશે માહિતગાર છે. પરંતુ તેમાનાં કેટલાક ઉત્તરદાતાઓ પંચાયતની કામગીરી

કરવામાં રસ ધરાવતા હતા. તેઓ પંચાયતના કાર્યો ઉત્સાહથી કરતા હતા, જયારે અવરોધ આવે ત્યારે તેના ઉકેલ માટે સતત પ્રયત્ન પણ કરતા. કારણ કે તેઓને જાહેરજીવનમાં રસ, કંઈક કરવાની ધગશ, ગ્રામીણ વિકાસમાં પોતાનું યોગદાન આપવાની ઈચ્છા, સામુહિક વિકાસના કામો કરવામાં રસ વગેરે વિવિધ પરિબળો જવાબદાર જણાયા હતા.

પ્રસ્તુત અભ્યાસમાં કેટલાક મહિલા ઉત્તરદાતાઓ છે. આ ગ્રામીણ સમુદાયની મહિલાઓ પોતાનું ઘર છોડીને કયાંય બહાર નીકળતી ન હોવાથી તેમનામાં શિક્ષણની બાબતમાં સભાનતા નથી. આવી સ્ત્રીઓ જયારે પંચાયતી રાજમાં પ્રવેશી છે ત્યારે તે રાજકીય ભૂમિકા સામે એક પડકારરૂપ છે. નિરક્ષરતાને લીધે પંચાયતની વહીવટી કાર્યસંબંધી તેઓની જાણકારી પણ ઓછી જોવા મળે છે. આમ નિરક્ષર મહિલાઓ માટે આ ક્ષેત્ર પડકારજનક છે.

ઉત્તરદાતાઓના વ્યવસાય :

વ્યવસાય એ વ્યકિતની સામાજિક આર્થિક પાર્શ્વભૂમિકામાં સમાવિષ્ટ એક અગત્યનું પરિવર્ત્ય છે. ભારતીય સંસ્કૃતિ મુજબ વ્યવસાય અને જ્ઞાતિ જોડાયેલા જોવા મળે છે. સાચા અર્થમાં જોઈએ તો વર્ણવ્યવસ્થાા તો વ્યવસાય આધારિત જ હતી. આધુનિક સમયમાં શિક્ષણનું પ્રમાણ વધતાં વ્યાવસાયિક તકો વધી રહી છે. જે ભારતીય સમાજમાં પરંપરાગત અને આધુનિક વ્યવસાયમાં પરિવર્તન લાવવામાં એક મહત્વનું પરિબળ છે. વ્યવસાય જે તે વ્યકિતને તેની ચોકકસ આવક દ્વારા તથા તેના કુટુંબનો વર્ગ દરજજો તથા જીવનધોરણ અને જીવનશૈલી નકકી કરે છે. તેવી જ રીતે આધુનિક વ્યવસાય સામાજિક ગતિશીલતાનાં બંધ કોટીક્રમિક માળખા બદલવામાં મહત્વની ભૂમિકા

ભજવે છે. વ્યવસાયનાં આવા એક ચોકકસ મહત્વ સાથે નીચે મુજબનાં કોષ્ટકમાં અભ્યાસ હેઠળનાં ઉત્તરદાતાઓનું વ્યવસાયિક માળખું તપાસવાનો પ્રયત્ન કર્યો છે.

ઉત્તરદાતાઓના વ્યવસાયનું પ્રમાણ દર્શાવતું કોષ્ટક

અ.નં.	**ઉત્તરદાતાના વ્યવસાયનો પ્રકાર**	**સંખ્યા**	**ટકા**
૧.	ખેતી	૧૬૮	૬૭.૨૦%
૨.	પશુપાલન	૫૩	૨૧.૨૦%
૩.	પોતાનો વ્યવસાય ધંધો	૨૦	૦૮.૦૦%
૪.	નોકરી	૦૯	૦૩.૨૦%
	કુલ	**૨૫૦**	**૧૦૦%**

ઉપર્યુકત માહિતી પરથી સ્પષ્ટ થાય છે કે અભ્યાસ હેઠળના નોંધપાત્ર (૬૭.૨૦%) ઉત્તરદાતાઓ ખેતી સાથે સંકળાયેલા છે તેમજ ૨૧.૨૦% પશુપાલન સાથે અને ૮% ઉત્તરદાતાઓ પોતાનો વ્યવસાય કરતા તેમજ અલ્પ પ્રમાણમાં ૩.૮૦% ઉત્તરદાતાઓ નોકરી કરતાં જણાયા હતા. **આમ્રપાલી મર્ચન્ટે (૧૯૯૮)** માં અગાઉ થયેલા અસરકારક મહિલા સરપંચોના અભ્યાસમાં (૮૦%) મહિલા સભ્યો ખેતીનો વ્યવસાય કરતી હોવાનું નોધ્યું છે તેમજ **કલ્પના શાહે (૧૯૬૩-૯૩:૧૩૮)** અગાઉ કરેલા ગ્રામપંચાયતમાં મહિલા સભ્યો પરના અભ્યાસમાં કૃષિનો વ્યવસાય કરતી મહિલા સભ્યોનું પ્રમાણ વધુ (૫૮%) હોવાનું નોધ્યું છે. આ બંને અભ્યાસોના તારણો પ્રસ્તુત અભ્યાસના તારણને પ્રમાણિત કરે છે.

ઉપર્યુકત માહિતી પરથી નોંધી શકાય કે વિશાળ સંખ્યામાં અભ્યાસ હેઠળના પુરૂષ અને મહિલાઓ ખેતી તેમજ પશુપાલનના વ્યવસાયમાં સામેલ હોવાને કારણે એટલે કે બેવડી ભૂમિકાથી તેમના જણાવ્યાનુસાર સમયનો અભાવ, કામમાં અતિવ્યસ્તતા રહેવાને લીધે તેઓ તાલુકા પંચાયતની કામગીરીને પુરતો સમય અને પુરતું લક્ષ આપી શકતા નથી. તેમની આવી વ્યવસાયિક પાર્શ્વભૂમિકા તેમની કામગીરીને કાર્યદક્ષ બનાવવા માટે મહદ્અંશે બાધક બનતી જણાય છે.

પ્રસ્તુત અભ્યાસમાં કેટલાક ઉત્તરદાતાઓ સરકારી અને બિનસરકારી ક્ષેત્રે નોકરી અને સમાજ સેવા સાથે સંકળાયેલા છે. તેઓ શિક્ષિત પરિવારમાંથી આવતા હોવાથી તાલુકા પંચાયતમાં સભ્યપદની કામગીરી અમુક અંશે વાકેફ જણાયા હતા.

ઉત્તરદાતાઓના કુટુંબની વાર્ષિક આવક :

સામાન્ય રીતે વ્યકિતના વ્યવસાયની સાથે આવક સંકળાયેલી છે. પ્રસ્તુત અભ્યાસમાં ઉત્તરદાતાઓના કુટુંબની કુલ વાર્ષિક આવક જાણવાનો પ્રયત્ન કર્યો છે. કારણ કે કુટુંબની વાર્ષિક આવક એ કુટુંબનો આર્થિક દરજ્જો નકકી કરતું અને સામાજિક પ્રતિષ્ઠા આપતું એક નિર્ણાયક પરિબળ છે. કુટુંબના વડાની અને કુટુંબની કુલ વાર્ષિક આવક કુટુંબના સભ્યોના જીવન ઘડતરમાં ખૂબ જ મહત્વનો ફાળો આપે છે. સામાન્ય રીતે વ્યકિતની આવક તેના જીવનધોરણ ઉપર અસર કરે છે. સાથે સાથે સમાજમાં માન-મોભો અને પ્રતિષ્ઠા પણ વ્યકિતની આવક અને આર્થિક સધ્ધરતાને આધારે નકકી થાય છે. અભ્યાસ હેઠળના ઉત્તરદાતાઓમાં કુટુંબની આવકનું વર્ગીકરણ નીચે મુજબ છે.

ઉત્તરદાતાઓના કુટુંબની વાર્ષિક આવક દર્શાવતું વર્ગીકરણ

અ.નં.	કુટુંબની કુલ વાર્ષિક આવક	સંખ્યા	ટકા

૧.	૧૦,૦૦૦ થી ૨૦,૦૦૦	૧૧૩	૪૫.૨૦%
૨.	૨૦,૦૦૧ થી ૩૦,૦૦૦	૭૨	૨૮.૮૦%
૩.	૩૦,૦૦૧ થી ૪૦,૦૦૦	૨૭	૧૦.૮૦%
૪.	૪૦,૦૦૧ થી ૫૦,૦૦૦	૧૮	૦૭.૨૦%
૫.	૫૦,૦૦૧ થી ૬૦,૦૦૦	૧૨	૦૪.૮૦%
૬.	૬૦,૦૦૧ કે તેથી વધુ	૦૮	૦૩.૨૦%
	કુલ	**૨૫૦**	**૧૦૦%**

ઉપર્યુકત વર્ગીકરણ પરથી સ્પષ્ટ જણાય છે કે (૪૫.૨૦%) ઉત્તરદાતાઓની વાર્ષિક આવક રૂા. ૧૦,૦૦૦ થી ૨૦,૦૦૦, ૨૮.૮૦% ઉત્તરદતાઓની વાર્ષિક આવક રૂા. ૨૦,૦૦૧ થી ૩૦,૦૦૦ અને ૧૦.૮૦% ઉત્તરદાતાઓની વાર્ષિક આવક રૂા. ૩૦,૦૦૧ થી ૪૦,૦૦૦ તેમજ ૭.૨૦% ઉત્તરદાતાઓની વાર્ષિક આવક રૂા. ૪૦,૦૦૧ થી ૫૦,૦૦૦ તથા ૪.૮૦% ઉત્તરદાતાઓની વાર્ષિક આવક રૂા. ૫૦,૦૦૧ થી ૬૦,૦૦૦ તેમજ ૩.૨૦% ઉત્તરદાતાઓની વાર્ષિક આવક રૂા. ૬૦,૦૦૧ કે તેથી વધારે હોવાનું જણાયું.

આ પરથી સ્પષ્ટ થાય છે કે અભ્યાસ હેઠળના નોંધપાત્ર ઉત્તરદાતાઓની વાર્ષિક આવક નીચલા અને મધ્યમ વર્ગની છે. બહુમતી (૪૫.૨૦%) ઉત્તરદાતાઓની નબળી આર્થિક સ્થિતિ પંચાયતની કામગીરી તથા અન્ય જાહેર પ્રવૃત્તિ કે અન્ય પ્રસંગોપાત જરૂરી ખર્ચ કરવા માટે તેમને અવરોધક બને છે. જેની નકારાત્મક અસર તેમના નેતૃત્વ અંગેની પ્રભાવી છાપમાં સમગ્ર કામગીરી પર પડે છે. જેમ કે એક તો તેઓ નિમ્ન આર્થિક સ્થિતિના કારણે સત્તા હોવા છતાં મહત્વનાં

નિર્ણયો સમૃદ્ધ વર્ગો તરફથી જ લેવા પડે છે. કારણ કે તાલુકા પંચાયતના બહુમતી સભ્યો આર્થિક સમૃદ્ધ જૂથ સાથે સંકળાયેલા જણાયા હતા. બીજું કે તેઓ જો નિયમિત ગ્રામીણ વિકાસના કાર્યો માટે કાર્યરત રહે તો આર્થિક રીતે તેમના કુટુંબ ટકાવવું મુશ્કેલ બને. પરિણામે ગ્રામીણ વિકાસ રુંધાય છે.

પ્રસ્તુત અભ્યાસમાં જણાયું કે અભ્યાસ હેઠળના નોંધપાત્ર સંખ્યાના ૫૦% ઉત્તરદાતાઓ અનુસૂચિત જનજાતિના છે. જેઓની આવક ગરીબી રેખાથી નીચેની છે. છતાં આવા સમૂહોને અનામતના કારણે તાલુકા પંચાયત જેવી સંસ્થામાં સત્તાસ્થાન પ્રાપ્ત કરવાની તક મળી છે. તેઓ સભ્યપદ પ્રાપ્ત કરે છે પરંતુ તેમની સત્તા તો ગ્રામીણ વિસ્તારના આર્થિક સમૃદ્ધ વર્ગોના હાથમાં જ રહે છે. કારણ કે તેઓ ગ્રામીણ સમુદાયમાં, આર્થિક, રાજકીય, જમીન માલિકી અને શૈક્ષણિક દ્રષ્ટિએ પ્રભાવી છે. આથી તેઓ પંચાયતમાં પોતાના તરફી નિર્ણયો લેવડાવે છે. તેમની સામે નિમ્ન આર્થિક સ્થિતિ ધરાવતા વર્ગો સત્તા હોવા છતાં આર્થિક ને રાજકીય રીતે નબળા પડે છે. વિશેષમાં પ્રસ્તુત અભ્યાસમાં જણાયું કે નિમ્ન આર્થિક સ્થિતિ ધરાવતા સમુહોને સત્તા મળે છે, પરંતુ તેનો ઉપયોગ વાસ્તવમાં આર્થિક અને રાજકીય રીતે બળવાન સમુહો કરે છે. જે સત્તા અને આર્થિક સમૃદ્ધિના સહસંબંધને સુચિત કરે છે.

ઉત્તરદાતાઓની જ્ઞાતિ :

ભારતીય સમાજવ્યવસ્થામાં જ્ઞાતિ એ સામાજિક સ્તરરચનાનું વિશિષ્ટ સ્વરૂપ છે. જ્ઞાતિની એક સાર્વત્રિક અસર વ્યકિતના જીવન ઉપર તથા તેના ઘડતર પર થતી હોય છે. માટે જ્ઞાતિનો દરજ્જો એ વ્યકિતનું સ્થાન નકકી કરતું એક મહત્વનું પરિબળ છે. ભારતીય

ઈતિહાસના વિભિન્ન યુગો દરમિયાન જ્ઞાતિ પ્રથાએ વિવિધ સ્વરૂપ ધારણ કર્યા છે. આમ થતાં બદલાતી પરિસ્થિતિ સાથે અનુકૂલન સાંધી તેનું મુળભૂત સ્વરૂપ અને અસ્તિત્વ ટકાવી રાખ્યું છે. આથી કોઈપણ સામાજિક સંશોધનમાં જ્ઞાતિની ભૂમિકા અગત્યની છે. આ બાબતને અનુલક્ષીને અભ્યાસ હેઠળનાં ઉત્તરદાતાઓની જ્ઞાતિ વિશે માહિતી નીચેના કોષ્ટકમાં સમજાવવાનો પ્રયત્ન કર્યો છે.

ઉત્તરદાતાઓની જ્ઞાતિનું સ્તર દર્શાવતું વર્ગીકરણ

અ.નં.	જ્ઞાતિનું સ્તર	સંખ્યા	ટકા
૧.	અનુસૂચિત જનજાતિ (એસ.ટી.)	૧૨૭	૫૦.૮૦%
૨.	સામાજિક અને શૈક્ષણિક રીતે પછાત (ઓ.બી.સી.)	૭૭	૩૦.૮૦%
૩.	અનુસૂચિત જાતિ (એસ.સી.)	૦૬	૦૨.૪૦%
૪.	જનરલ (ઓપન)	૩૮	૧૫.૨૦%
૫.	મુસ્લિમ	૦૨	૦.૮૦%
	કુલ	**૨૫૦**	**૧૦૦%**

ઉપરની સંખ્યાત્મક માહિતી ઉપરથી જણાય છે કે અભ્યાસ હેઠળના બહુમતી (૫૦.૮૦%) ઉત્તરદાતાઓ અનુસૂચિત જનજાતિના તેમજ ૩૦.૮૦% ઉત્તરદાતાઓ સામાજિક અને શૈક્ષણિક રીતે પછાત જાતિના અને ૨.૫૦% ઉત્તરદાતાઓ અનુસૂચિત જાતિના તેમજ ૧૫.૨૦% ઉત્તરદાતાઓ સામાન્ય જ્ઞાતિના અને ૦.૮૦% ઉત્તરદાતાઓ મુસલમાન હોવાનું જણાય છે. જ્ઞાતિસંસ્થા એ ભારતીય સંસ્કૃતિની

વિશેષતા છે. ભારતમાં સામાજિક, આર્થિક, ધાર્મિક અને રાજકીય જીવનમાં જ્ઞાતિ આજ સુધી મહત્વની ભૂમિકા ભજવી છે. વર્તમાન રાજકારણમાં પંચાયત ધારાસભા, લોકસભા વગેરેની ચુંટણીમાં જ્ઞાતિ મહત્વની ભૂમિકા ભજવે છે. **પ્રો. ધુર્ય, શ્રીનિવાસ, દુબે, મજુમદાર** વગેરે સમાજશાસ્ત્રીઓએ પણ આ બાબતને સમર્થન આપે છે. આજ રીતે **એ.એમ.શાહ** પોતાના અભ્યાસમાં નોંધે છે કે ભારતીય સમાજજીવન વિવિધ ક્ષેત્રોમાં એક યા બીજી રીતે જ્ઞાતિનો પ્રભાવ જોવા મળે છે તેમ જણાવ્યું હતું. ઉપરોકત વિદ્વાનોના અભ્યાસોના તારણો પ્રસ્તુત અભ્યાસના તારણને સમર્થન આપે છે.

આ માહિતી પરથી કહી શકાય કે અભ્યાસ હેઠળનાં નોંધપાત્ર (૫૦.૮૦%) ઉત્તરદાતાઓ અનુસૂચિત જનજાતિના છે. તેનું કારણ એ છે કે અભ્યાસ હેઠળનાં વિસ્તારમાં આદિવાસી વસ્તી સવિશેષ હોવાથી તેમનું પ્રમાણ અભ્યાસમાં નોંધપાત્ર જોવા મળે છે. પરંતુ અભ્યાસ હેઠળનાં કેટલાક ઉત્તરદાતાઓના જણાવ્યાનુસાર તાલુકા પંચાયતમાં સભ્ય તરીકેની સત્તા પ્રાપ્ત કરે છે. પરંતુ વાસ્તવમાં આ સત્તા પર પ્રભુત્વ રાજકીય પક્ષો, સભ્યો, સમૃદ્ધ વર્ગો, પ્રભાવી જ્ઞાતિ, પ્રમુખ પાસે હોવાનું જણાયું હતું. ભારતીય બંધારણમાં આદિવાસી અને અન્ય નબળા વર્ગોને પંચાયતમાં સ્થાન મળ્યું છે. સ્થાનિક પંચાયતમાં વસ્તીના ધોરણે આદિવાસી નેતૃત્વ ઉદ્‌ભવ્યું છે ખરું પણ તેમણે જણાવ્યું કે તાલુકા પંચાયતની વિકાસલક્ષી યોજનાઓના લાભ અંગે કે મહત્વના નિર્ણય લેવામાં આદિવાસી સભ્ય હોવા છતાં તાલુકા પંચાયતના બહુમતી ધરાવતા રાજકીય પક્ષના સભ્યો અને પ્રમુખ નિર્ણય લેતા જણાયા હતા.

ઉત્તરદાતાઓનો ધર્મ :

ભારતીય સમાજમાં વિવિધ સંસ્થાઓ આવેલી છે. તેમાં ધર્મસંસ્થા પોતાનું આગવું મહત્વનું સ્થાન ધરાવે છે. ધર્મના આધારે વ્યકિતની માન્યતાઓ, મૂલ્યો, ધોરણો અને નિતિમત્તાનું ઘડતર થાય છે તે પ્રમાણે મનુષ્ય સમાજમાં આચરણ કરતાં માલૂમ પડે છે. આમ ધર્મ તથા સમાજ પરસ્પર સંકળાયેલા હોવાથી અભ્યાસમાં ઉત્તરદાતાઓના ધર્મની તપાસ કરવી ખૂબ જ અનિવાર્ય બાબત બને છે. શ્રી એસ.એમ.જહોન્સન ધર્મની વ્યાખ્યા આપતા લખે છે કે ‘‘ધર્મ માન્યતા અને ક્રિયાઓની વિધિઓની સામ્યપૂર્ણ વ્યવસ્થા છે.’’ જેનો સંબંધ પ્રાણીશકિત સાથે અથવા અન્ય વસ્તુઓની અલૌકિક વ્યવસ્થા સાથે રહેલો છે. અહીં અભ્યાસ હેઠળનાં ઉત્તરદાતાઓ કયો ધર્મ પાળે છે તે જાણવા ધાર્મિક વર્ગીકરણ અગત્યનું છે.

ઉત્તરદાતાઓના ધર્મના આધારે વર્ગીકરણ

અ.નં.	**ઉત્તરદાતાઓનો ધર્મ**	**સંખ્યા**	**ટકા**
૧.	હિન્દુ	૨૪૮	૯૯.૨૦%
૨.	ઈસ્લામ	૦૨	૦.૮૦%
	કુલ	**૨૫૦**	**૧૦૦%**

ઉપરોકત કોષ્ટક પરથી સ્પષ્ટ થાય છે કે અભ્યાસ હેઠળના નોંધપાત્ર (૯૯.૨૦%) ઉત્તરદાતાઓ હિન્દુધર્મી છે, જયારે નહિવત પ્રમાણમાં ૦.૮૦% ઈસ્લામ ધર્મી છે. આ બાબત પરથી નોંધી શકાય કે હિન્દુ ધર્મી ઉત્તરદાતાઓનું પ્રમાણ નોંધપાત્ર છે. જે ભારતમાં હિન્દુ ધર્મની વસ્તીનું વિશિષ્ટ સુચક છે તેમજ પ્રસ્તુત અભ્યાસ હેઠળના વિસ્તારમાં પણ આ દ્દશ્ય જોવા મળે છે. સમાજશાસ્ત્રી **ઈમાઈલ દુર્ખિમે** ઓસ્ટ્રેલિયાના અરૂન્ટા આદિજાતિમાં ધર્મનો અભ્યાસ કર્યો છે. તેઓ નોંધે છે કે ધર્મ એ વ્યકિતનું ઘડતર અને નિયંત્રણ કરી તેને સમાજ

સાથે સુગ્રથિત કરે છે. **મેક્સ વેબરના** પોતાના અભ્યાસમાં નોંધે છે કે અમુક સમયે અને સ્થળે ધાર્મિક વર્તન મહંદઅંશે આર્થિક બળો દ્વારા ઘડાય છે. પરંતુ ધર્મ હંમેશા આર્થિક પરિબળો દ્વારા ઘડાતો નથી. એટલું જ નહિ પરંતુ કેટલાક સંજોગોમાં ધાર્મિક માન્યતાઓ આર્થિક વર્તન ઉપર અસર ઉપજાવી શકે છે. એવી જ રીતે **મદન** નોંધે છે કે ભારતના ધાર્મિક વાતાવરણનું એકદંરે વિશિષ્ટ લક્ષણ એ છે કે અહીં ધર્મ સમાજનાં બધા પાસાંને અસર કરે છે. ઉપરોકત ત્રણેય વિદ્ધાનોના અભ્યાસોના તારણો પ્રસ્તુત અભ્યાસના તારણને અનુમોદન કરે છે.

ઉત્તરદાતાઓની જમીન વિઘામાં :

અભ્યાસ હેઠળનાં ઉત્તરદાતાઓ પાસે જમીન છે કે નહિ ? તે તપાસતાં જે માહિતી પ્રાપ્ત થઇ છે તેને નીચેના કોષ્ટકમાં વર્ગીકૃત કરી છે.

ઉત્તરદાતાઓની જમીન વિઘામાં કેટલી છે તે દર્શાવતું વર્ગીકરણ

અ.નં.	જમીન વિઘામાં	સંખ્યા	ટકા
૧.	૧ થી ૫ વિઘા	૧૩૬	૫૪.૪૦%
૨.	૬ થી ૮ વિઘા	૮૯	૩૫.૬૦%
૩.	૧૧ થી ૧૫ વિઘા	૧૬	૦૬.૪૦%
૪.	૧૫ થી વધુ વિઘા	૦૯	૦૩.૬૦%
	કુલ	**૨૫૦**	**૧૦૦%**

ઉપરોકત કોષ્ટક પરથી જણાય છે કે અભ્યાસ હેઠળનાં (૫૪.૪૦%) ઉત્તરદાતાઓ ૧ થી ૫ વિઘા જમીન તેમજ ૩૫.૬૦% ઉત્તરદાતાઓ ૬ થી ૧૦ વિઘા જમીન તથા ૦૬.૪૦% ઉત્તરદાતાઓ ૧૧ થી ૧૫ વિઘા જમીન તેમજ ૦૩.૬૦% ઉત્તરદાતાઓ ૧૫ કે તેથી વધુ વિઘામાં જમીન ધરાવતા જોવા મળ્યા છે.

અહીં મહત્વનું અવલોકન એ જણાયું કે અભ્યાસ હેઠળના મોટાભાગના ઉત્તરદાતાઓ જમીનની માલિકી ધરાવે છે. આમ, જમીનની માલિકી એ સભ્યની કામગીરીને મહંદઅંશે અસર કરે છે.

ઉત્તરદાતાઓના મકાનનો પ્રકાર :

અભ્યાસ હેઠળના ઉત્તરદાતાઓના મકાનનો પ્રકાર કેવો છે ? ગ્રામીણ સમુદાયમાં મોટેભાગે રહેઠાણ વ્યવસ્થા છુટાછવાયા ઘરોમાં રહે છે. મોટાભાગે માલિકીની જમીન જયાં હોય ત્યાં પોતાનું મકાન બાંધવામાં આવે છે. આવા મકાનો પોતપોતાની માલિકીમાં જોવા મળે છે. પ્રસ્તુત અભ્યાસમાં ઉત્તરદાતાઓનું કાચું મકાન કે અર્ધપાકું મકાન અને પાકા મકાનમાં રહે છે કે કેમ તે તપાસવાનો પ્રયત્ન કર્યો છે.

ઉત્તરદાતાઓના મકાનનો પ્રકાર દર્શાવતું વર્ગીકરણ

અ.નં.	મકાનનો પ્રકાર	સંખ્યા	ટકા
૧.	પાકુ મકાન	૧૬૮	૬૭.૨૦%
૨.	અર્ધ પાકુ મકાન	૫૨	૨૦.૮૦%
૩.	કાચુ મકાન	૩૦	૧૨.૦૦%
	કુલ	**૨૫૦**	**૧૦૦%**

ઉપરોકત આંકડાકીય માહિતી પરથી સ્પષ્ટ થાય છે કે અભ્યાસ હેઠળના નોંધપાત્ર (૬૭.૨૦%) ઉત્તરદાતાઓ પાકા મકાનમાં રહે છે અને ૨૦.૮૦ ઉત્તરદાતાઓ અર્ધ પાકા મકાનમાં રહે છે તેમજ ૧૨% ઉત્તરદાતાઓ કાચા મકાનમાં રહેતા જણાયા હતા.

પ્રસ્તુત વિશ્લેષણ પરથી કહી શકાય કે બહુમતી ઉત્તરદાતાઓ પાકા મકાનમાં રહે છે. તેનું કારણ કે પંચાયતીરાજમાં સહભાગી થયા તથા સરકારની યોજનાને કારણે અને કેટલાંક કુટુંબોમાં આર્થિક સદ્ધરતાને કારણે પાકાં મકાનોનું પ્રમાણ વિકસેલું જોવા મળે છે.

ઉત્તરદાતાઓની ભૌતિક સુવિધાઓ :

આધુનિક સમયમાં યંત્ર વૈજ્ઞાનિક પરિવર્તનનાં કારણે આધુનિક ભૌતિક સાધનો જેવા કે વાહન, ટેલિવિઝન, ફ્રિજ, ટેપ-રેકોર્ડર, ટેલીફોન, ઘરઘંટી જેવા સાધનો બજારમાં જોવા મળે છે. આ ભૌતિક સુવિધાનો આધાર વ્યકિતની આવક પર રહેલો છે. જે કુટુંબની આવક વધારે તેવા કુટુંબ ભૌતિક સાધન સુવિધાઓ વિશેષ ભોગવતા હોય છે. અભ્યાસ હેઠળના ઉત્તરદાતાઓના ઘરમાં આધુનિક ભૌતિક સાધન સુવિધાનું પ્રમાણ નીચેના કોષ્ટક દ્વારા તપાસવાનો પ્રયત્ન કર્યો છે.

ઉત્તરદાતાઓના ઘરમાં ભૌતિક સુવિધાઓનું પ્રમાણ દર્શાવતું કોષ્ટક

ક્રમ	ભૌતિક સાધનો	સંખ્યા
૧.	બાઇક	૨૧૬
૨.	ફોન/મોબાઇલ	૨૫૦
૩.	ઘરઘંટી	૧૬૫
૪.	ટી.વી.	૨૪૨
૫.	કાર	૧૩
૬.	ફ્રિજ	૧૩૨
૭.	ટેપ-રેકોર્ડર	૧૮૦

ઉપરોકત કોષ્ટકના વર્ગીકરણ પરથી સ્પષ્ટ થાય છે કે અભ્યાસ હેઠળના બહુમતી ઉત્તરદાતાઓ બાઇક, મોબાઇલ, ઘરઘંટી, ફ્રિજ, ટેપ-રેકોર્ડર જેવા વિવિધ આધુનિક ભૌતિક સાધનો ધરાવે છે. તેનું કારણ તેમની આર્થિક સમૃદ્ધિ છે. સાથે જ હવે ઉત્તરદાતાઓ શહેરીકરણ અને ઉદ્યોગીકરણના પ્રભાવના પરિણામે આધુનિક ભૌતિક સાધનો વસાવે છે. માટે અભ્યાસ હેઠળનાં ઉત્તરદાતાઓ પાસે ભૌતિક સાધનોનું નોંધપાત્ર પ્રમાણ છે.

ઉપરોકત માહિતીનાં વિશ્લેષણ પરથી સ્પષ્ટ થાય છે કે અભ્યાસ હેઠળના ઉત્તરદાતાઓના કુટુંબોમાં મનોરંજનના સાધનો નોંધપાત્ર પ્રમાણમાં જોવા મળે છે. જે કુટુંબો ભૌતિક સુવિધાઓ ધરાવે છે તેઓની આર્થિક સ્થિતિ પ્રમાણમાં સારી જણાય હતી. આવી આર્થિક સ્થિતિની અસર તેના સામાજિક મોભા પર પડે છે.

સમાપન :

પ્રસ્તુત પ્રકરણમાં અભ્યાસ હેઠળનાં ઉત્તરદાતાઓની સામાજિક અને આર્થિક પાર્શ્વભૂમિકા અંગેની વિસ્તૃત માહિતી મેળવવાનો પ્રયાસ કર્યો છે. આ પરિસ્થિતિ ઉત્તરદાતાઓની સમગ્ર પૃષ્ઠભૂમિકાને સૂચિત કરે છે. તેના આધારે જે તે પરિસ્થિતિનું મૂલ્યાંકન કરી શકાય. હવે પછીના પ્રકરણમાં અભ્યાસ હેઠળના ઉત્તરદાતાઓની કામગીરી અને ગ્રામીણ વિસ્તારના વિકાસના કાર્યો તેમજ સમસ્યાઓનું વિશ્લેષણ કરવામાં આવશે.

સારાંશ, તારણો અને સૂચનો

સારાંશ :

પ્રથમ પ્રકરણ સંશોધન આયોજન પરનું છે. જેમાં સંશોધન વિષયની પસંદગી પાછળ જવાબદાર પરિબળો, સંશોધનના મુખ્ય હેતુઓ, સંશોધન પદ્ધતિશાસ્ત્ર, અભ્યાસ સંબંધિત ખ્યાલો, પરિવર્ત્ય અને સૈદ્ધાંતિક પાર્શ્વભૂમિકા, સંશોધન વિષયના સંદર્ભમાં અગાઉ થયેલા અભ્યાસોનો એક સમીક્ષાત્મક અહેવાલ પણ પ્રથમ પ્રકરણમાં રજૂ કરવામાં આવ્યો છે તથા અભ્યાસનું મહત્વ, મર્યાદાની પણ રજૂઆત કરવામાં આવી છે.

બીજા પ્રકરણમાં સંશોધન અભ્યાસ ક્ષેત્રનો પરિચય આપવામાં આવ્યો છે. જેમાં ભારત, ગુજરાત અને અભ્યાસ હેઠળના દાહોદ, પંચમહાલ જિલ્લાઓ વિશે આંકડાકીય માહિતી તથા સંશોધન ક્ષેત્રની સામાજિક-સાંસ્કૃતિક પૃષ્ઠભૂમિકા આપવાનો પ્રયાસ કર્યો છે.

ત્રીજા પ્રકરણમાં પંચાયતીરાજનો ઉદ્ભવ, વિકાસ તથા વહીવટી માળખું પર છે. તેમાં ખાસ કરીને પંચાયતીરાજ પર વિહંગાવલોકન કરવાનો પ્રયત્ન કર્યો છે. સાથોસાથ પંચાયતીરાજની પાયાની ત્રણ સંસ્થાઓ જેવી કે ગ્રામપંચાયત, તાલુકાપંચાયત અને જિલ્લા પંચાયતની રચના, કાર્ય, સત્તાઓ, ફરજો, કાર્યક્ષેત્ર વગેરે અંગે સંક્ષેપમાં પણ વિશદ્ અહેવાલ તથા મહિલા અનામત, તેમાં લોકસભા, રાજયસભા, વિધાનસભા અને ગ્રામ, તાલુકા અને જિલ્લા પંચાયતમાં મહિલાઓની સહભાગિતાની આંકડાકીય માહિતી રજૂ કરવાનો પ્રયાસ કર્યો છે.

પ્રકરણ ચારમાં અભ્યાસ હેઠળના ઉત્તરદાતાઓના સામાજિક, આર્થિક પાર્શ્વભૂમિકા તપાસવામાં આવી હતી. જેમાં બહુમતી (૪૧.૨૦)

ઉત્તરદાતાઓની વય ૪૧ થી ૫૦ વર્ષની જણાયા હતા, જયારે ૩૬.૮૦% ઉત્તરદાતાઓની વય ૩૧ થી ૪૦ વર્ષની હતી. ૧૬.૮૦% ઉત્તરદાતાઓની વય ૨૧ થી ૩૦ વર્ષની તથા ૫.૨૦% ઉત્તરદાતાઓની ૫૧ કે તેથી વધારે વર્ષના જણાયા હતા.

અભ્યાસ હેઠળના બહુમતી ૯૬.૮૦% ઉત્તરદાતાઓ પરણિત જણાયા, જયારે અપરણિત ઉત્તરદાતાઓનું પ્રમાણ ૨.૪૦% છે તેમ ૦.૮૦% ઉત્તરદાતાઓ વિધવા જણાયા હતા. અભ્યાસ હેઠળનાં વિશાળ સંખ્યાના (૬૨.૮૦%) ઉત્તરદાતાઓ વિભકત કુટુંબમાં રહે છે તથા તેનાથી થોડાં ઓછા ૩૭.૨૦% ઉત્તરદાતાઓ સંયુકત કુટુંબમાં રહેતા જણાયા હતા.

અભ્યાસ હેઠળના મોટાભાગના ઉત્તરદાતાઓ (૬૫.૨૦%) પુરૂષો જણાયા હતા, જયારે ૩૪.૨૦% મહિલાઓ જોવા મળી હતી. આ માહિતી પરથી નોંધી શકાય કે અભ્યાસ હેઠળની તાલુકા પંચાયતમાં પુરૂષોનું પ્રભુત્વ સવિશેષ જોવા મળે છે.

અભ્યાસ હેઠળના ૩૮.૪૦% ઉત્તરદાતાઓ નિરક્ષર અને સાક્ષર, જયારે ૨૪.૮૦% પ્રાથમિક શિક્ષણ મેળવેલ તથા ૧૪.૪૦% માધ્યમિક શિક્ષણ મેળવેલે તેમજ ૧૧.૨૦% ઉત્તરદાતાઓ ઉચ્ચ શિક્ષણ મેળવેલ તથા ૮.૮૦% સ્નાતક અને અનુસ્નાતક શિક્ષણ મેળવેલ જણાયા, જયારે ૨.૫૦% ઉત્તરદાતાઓ બી.એડ્.જેવી વ્યવસાયલક્ષી તાલીમ પ્રાપ્ત કરેલા જણાયા હતા.

અભ્યાસ હેઠળના બહુમતી (૫૦.૮૦%) ઉત્તરદાતાઓ અનુસૂચિત જનજાતિના તેમજ ૩૦.૮૦% ઉત્તરદાતાઓ સામાજિક અને શૈક્ષણિક રીતે પછાત જાતિના અને ૧૫.૨૦% ઉત્તરદાતાઓ સામાન્ય જ્ઞાતિના તથા ૨.૫૦% અનુસૂચિત જાતિના જયારે ૦.૮૦% ઉત્તરદાતાઓ

મુસલમાન હોવાનું જણાયું હતું. જ્ઞાતિસંસ્થા એ ભારતીય સંસ્કૃતિની વિશેષતા છે. ભારતમાં સામાજિક, આર્થિક, ધાર્મિક અને રાજકીય જીવનમાં જ્ઞાતિ એ આજ સુધી મહત્વની ભૂમિકા ભજવી રહી છે.

અભ્યાસ હેઠળના નોંધપાત્ર (૬૭.૨૦%) ઉત્તરદાતાઓ ખેતી સાથે સંકળાયેલા છે, જયારે ૨૭.૬૦% પશુપાલન સાથે અને ૮% ઉત્તરદાતાઓ પોતાનો વ્યવસાય કરતાં તથા ૩.૨૦% ઉત્તરદાતાઓ નોકરી કરતાં જણાયા હતા. અભ્યાસ હેઠળનાં વિશાળ બહુમતી ૯૯.૨૦% ઉત્તરદાતાઓ હિન્દુધર્મી છે, જયારે ૦.૮૦% ઉત્તરદાતાઓ મુસલમાન હોવાનું જણાયા હતા.

પ્રકરણ પાંચમાં અભ્યાસ હેઠળનાં સભ્યોની કામગીરી અને સમસ્યાઓનું વિશ્લેષણ કરતાં કેટલાક મહત્વના અવલોકનો જણાયા હતા.

અભ્યાસ હેઠળના ૨૭.૨૦% ઉત્તરદાતાઓ કાયદો અને શિક્ષણથી ૨૬.૮૦% કૌટુંબિક જૂથબળથી, જયારે ૧૩.૨૦% ઉત્તરદાતાઓ રાજકીય જૂથબળથી અને ૧૨.૮૦% ઉત્તરદાતાઓ સ્વેચ્છાએ તેમજ ૧૦.૮૦% ઉત્તરદાતાઓ જ્ઞાતિના જૂથબળથી, ૯.૨૦% ઉત્તરદાતાઓ જાહેરજીવનમાં રસના કારણે તાલુકા પંચાયતમાં પ્રવેશયા હતા.

૩૯.૨૦% ઉત્તરદાતાઓ ૧ વર્ષ કે તેથી ઓછા સમયનો અનુભવ તથા ૨૬% ઉત્તરદાતાઓ ૧ થી ૨ વર્ષનો અનુભવ અને ૨૦.૪૦% ઉત્તરદાતાઓ ૨ થી ૩ વર્ષનો અનુભવ જયારે ૧૪.૪૦% ૩ કે તેથી વધારે વર્ષનો અનુભવ ધરાવતા જણાયા હતા.

પ્રસ્તુત અભ્યાસમાં ૩૬.૮૦% ઉત્તરદાતાઓ પ્રતિષ્ઠા મેળવવાની ઇચ્છાથી, તેનાથી થોડા ઓછાં ૩૦.૮૦% ઉત્તરદાતાઓ સેવા કરવાની ભાવનાથી અને ૧૬.૮૦% ઉત્તરદાતાઓ પછાત વિસ્તારના વિકાસની

ભાવના તથા ૧૫.૬૦% ઉત્તરદાતાઓ પૈસા કમાવવાની ઇચ્છાથી સભ્યપદ પ્રાપ્ત કરેલા જણાયા હતા.

અભ્યાસ હેઠળના ૩૭.૬૦% ઉત્તરદાતાઓ કયારેય પંચાયતની મિટીંગમાં હાજરી આપતા નથી, જયારે ૩૨.૮૦% ઉત્તરદાતાઓ કયારેક હાજરી આપે છે અને ૨૯.૬૦% ઉત્તરદાતાઓ નિયમિત હાજરી આપતા જણાયા હતા.

પ્રસ્તુત અભ્યાસમાં શિક્ષણના સ્તર પ્રમાણે ઉત્તરદાતાઓની ભૂમિકાની જાણકારીનું વર્ગીકરણ કરતાં સ્પષ્ટ જણાય છે કે ઉચ્ચશિક્ષણ અને માધ્યમિક શિક્ષણ પ્રાપ્ત કરેલ સભ્યો તાલુકા પંચાયતની યોજનાઓનો લાભ કોને આપવો જોઈએ. કોરમ, ઠરાવ જેવી મુખ્ય કામગીરી સક્રિય રીતે કરતાં જણાયા હતા, જયારે નિરક્ષર સભ્યો પંચાયતની કામગીરી મહદ્અંશે જાણકારી ધરાવતા જણાયા હતા.

અભ્યાસમાં બહુમતી (૬૫%) ઉત્તરદાતાઓ પુરૂષ સભ્યો છે, જયારે ૩૫% ઉત્તરદાતાઓ મહિલા સભ્યો છે. જેમાંથી ૨૬% મહિલાઓના મતે પંચાયતમાં પુરૂષ સભ્યો પંચાયતના કામ સંબંધી બાબતે તેમની સાથે સંઘર્ષમાં આવે છે. તેઓ સ્ત્રીઓના હાથ નીચે કામ કરવામાં માનસિક રીતે તૈયાર હોતા નથી.

૪૫.૨૦% ઉત્તરદાતાઓ સભ્યોની બહુમતીથી સામૂહિક નિર્ણય લેતા જણાયા હતા, જયારે ૨૫.૫૦% ઉત્તરદાતાઓ રાજકીય પક્ષોના દબાણથી અને ૨૨.૪૦% ઉત્તરદાતાઓના મતે નિર્ણયમાં પ્રમુખ તથા ૮% ઉત્તરદાતાઓ જ્ઞાતિના દબાણથી નિર્ણયો લેતા જણાયા હતા.

૫૬.૬૦% ઉત્તરદાતાઓ તાલુકા પંચાયતના ગ્રામીણ વિસ્તારના અવરોધક પરિબળો વિશે જાણકારી ધરાવે છે, જયારે ૩૭.૪૦% ઉત્તરદાતાઓ અવરોધક પરિબળોની જાણકારી ધરાવતા નથી.

અભ્યાસ હેઠળના બહુમતી (૭૨.૨૦%) ઉત્તરદાતાઓ ગ્રામીણ વિસ્તારના વિકાસ માટે ગ્રાન્ટની મુશ્કેલી અનુભવે છે, જયારે ૨૭.૮૦% ઉત્તરદાતાઓ મુશ્કેલી અનુભવતા નહોતા.

તાલુકા પંચાયતના સભ્યો સામે વિકાસ સંદર્ભે ઉપસ્થિત સમસ્યાઓઃ

૧. ગ્રામીણ વિસ્તારના વિકાસ માટે તાલુકા પંચાયત સામે આર્થિક પ્રશ્ન વિદ્યમાન છે. અભ્યાસ હેઠહની તાલુકા પંચાયતોના અવલોકનને આધારે વિકાસના આયોજન મુજબની ગ્રાન્ટ સરકારમાંથી મળતી નથી. આથી ઈચ્છિત વિકાસમાં વિઘ્ન ઊભું થાય છે.

૨. ઉત્તરદાતાઓના જણાવ્યાનુસાર વર્તમાન સમયમાં ઘણાં વિસ્તારોમાં પછાતવર્ગના નેતાને માનસિક રીતે પંચાયતના સવર્ણ સભ્યોના અધિકારીઓ સ્વીકારતા નથી. આથી વિવિધ કાર્યો કરવામાં તેમને યોગ્ય સહકાર મળતો નથી.

૩. ગ્રામીણ સમુદાયમાં પણ તાલુકા પંચાયત દ્વારા થતા કાર્યોમાં ભ્રષ્ટાચારની સમસ્યા ફેલાઈ છે. તેમાંથી વિસ્તારના વિકાસના ઠોસ કામ થતાં નથી.

૪. આજે ગામડામાં પણ પંચાયતની ચૂંટણીઓને કારણે પક્ષપાત અને સંઘર્ષો જોવા મળે છે. તેથી તાલુકા પંચાયતમાં જૂથવાદ અને પક્ષાપક્ષી ઉદ્ભવે છે. આથી વિવિધ જૂથો અને પક્ષોની ખેંચતાણમાં વિકાસના કાર્યો થતા નથી.

૫. તાલુકા પંચાયતમાં જાગૃતિ તાલીમબદ્ધ અને યોગ્ય આયોજન વાળા નેતાઓનો અભાવ જોવા મળે છે.

૬. વર્તમાન સમયમાં ગ્રામીણ વિસ્તારમાં એવી સ્થિતિ ઉભી થઇ છે કે જે નેતા ચૂંટણી દ્વારા સભ્યપદ પ્રાપ્ત કરે તે સત્તાના પ્રભાવના

પરિણામે પોતાના અને તેના જૂથ સિવાય અન્યનાં સમાજ કલ્યાણલક્ષી કાર્ય કરવાનું ભુલી જાય છે.

૭. નિરક્ષરતા એ પંચાયતના વિસ્તારના વિકાસની પાયાની સમસ્યા છે. આજે પણ ગ્રામીણ સમાજમાં સ્ત્રી અને પુરુષોનું શિક્ષણનું પ્રમાણ ખૂબ જ ઓછું છે. જેથી નવા મૂલ્યો કે પરિવર્તન વગેરેને ઝડપથી સ્વીકૃતિ થતી નથી અને તેમાં સહકાર પણ આપતા નથી. આ પણ એક સમસ્યા છે.

૮. મોટાભાગની તાલુકા પંચાયત પોતાની પંચાયતના સાધનોમાંથી આવક ઉભી કરી શકે તેવી શકયતા પણ ખૂબ ઓછી છે. આથી વિકાસ માટે સરકારી અનુદાન પર વધારે નિર્ભર રહેવું પડે છે. જે કાંઇ આવક પંચાયત કરે તેમાંથી પંચાયતના વિસ્તારમાં સ્ટ્રીટલાઇટ, સફાઇનું જ કાર્ય થઇ શકે. આવી સ્થિતિમાં વિકાસના કાર્યો કરવા મુશ્કેલ છે.

૯. પ્રસ્તુત અભ્યાસ હેઠળનાં કેટલાંક અનુસૂચિત જનજાતિના સભ્યો તેમના નીચા કૌટુંબિક, સામાજિક અને આર્થિક દરજ્જાને કારણે લઘુતાગ્રંથી અનુભવે છે. પરિણામે તે એમ માને છે કે તેઓ સભ્યપદની ભૂમિકા યોગ્ય રીતે ભજવવા માટે સક્ષમ નથી. આ લઘુતાગ્રંથી તેમને સભ્યની ભૂમિકા અસરકારક રીતે ભજવવામાં એક યા બીજા સ્વરૂપે અવરોધક બને છે.

અભ્યાસના તારણો :

પ્રકરણ-૬ માં સમગ્ર પ્રકરણના સારાંશને રજૂ કરવામાં આવ્યો છે તથા સમગ્ર માહિતીના અર્થઘટન અને વિશ્લેષણને આધારે કેટલાંક તારણો ફલિત થાય છે. જે નીચે મુજબ છે.

૧. અભ્યાસનું અગત્યનું તારણ એ જણાયું હતું કે યુવાન વયના ઉત્તરદાતાઓનું પ્રમાણ ઓછું છે, જયારે મધ્યમ અને પ્રૌઢ વયજૂથનાં સભ્યોનું પ્રમાણ સવિશેષ છે. આ વયજૂથ અને સભ્યોની કાર્યશૈલી વચ્ચે સહસંબંધ છે. અભ્યાસમાં મધ્યમ અને પ્રૌઢવયના સભ્યોનું નોંધપાત્ર પ્રમાણ માટે પુખ્તતા, નિર્ણય લેવામાં પ્રતિબધ્ધતા તથા કાર્યશીલ વિચારસરણીને વિશાળ અનુભવનો પરિપાક, રાજકીય પક્ષ સાથે ઘેરાબો જેવા પરિબળો સહાયક હોવાનું જાણવા મળ્યું હતું.

૨. અભ્યાસ હેઠળના મોટાભાગના ૪૯.૨૦% ઉત્તરદાતાઓ નાના કદના અને ૪૦.૮૦% મધ્યમ કદના કુટુંબમાં રહેતા જણાયા હતા. ભારતીય સમાજમાં કુટુંબની રચના અને કાર્યમાં પરિવર્તનને પરિણામે મધ્યમ અને નાના કદના કુટુંબો જોવા મળે છે. આજ બાબત ભારતના પ્રખ્યાત સમાજશાસ્ત્રી ડૉ. આઇ.પી.દેસાઇના અગાઉ કરેલા મહુવાના કુટુંબોના અભ્યાસમાં મોટા કુટુંબોનું પ્રમાણ માત્ર (૨૭%) જ જોવા મળ્યું હતું. તે કુટુંબનું કદ પ્રસ્તુત અભ્યાસમાં પણ જોવા મળ્યું છે. કુટુંબના કદ અને તાલુકા પંચાયતની કામગીરીને તપાસતા જણાયું કે નાના અને મધ્યમ કદના કુટુંબમાંથી આવતા ઉત્તરદાતાઓ સ્વતંત્ર હોવાને કારણે તાલુકા પંચાયતના કાર્યો અને પ્રવૃત્તિ માટે પર્યાપ્ત સમય ફાળવી શકતા હતા. પ્રસ્તુત અભ્યાસમાં મહત્વનું અવલોકન એ જણાયું કે જાહેરજીવનમાં રસ, જ્ઞાન અને અનુભવ જેવા પાયાના પરિબળો પણ તાલુકા પંચાયતમાં અસરકારક કામગીરી માટે મહત્વના જણાયા હતા.

૩. આ અભ્યાસનું નોંધપાત્ર તારણ એ જણાયું કે અભ્યાસ હેઠળનાં ઉત્તરદાતાઓમાં ૨૪.૮૦% પ્રાથમિક શિક્ષણ મેળવેલ અને ૧૪.૪૦% માધ્યમિક શિક્ષણ તથા ૧૧.૨૦% ઉચ્ચ માધ્યમિક તેમજ ૮.૮૦% સ્નાતક અને અનુસ્નાતક શિક્ષણ મેળવેલ, જયારે ૨.૫૦% ઉત્તરદાતાઓ બી.એડ્. જેવી વ્યવસાયલક્ષી તાલીમ પ્રાપ્ત કરેલા જણાયા હતા. આમ શિક્ષણની કક્ષાનું પ્રમાણ ધ્યાનપાત્ર છે. શિક્ષણની આ કક્ષા તેઓમાં પોતાની ભૂમિકા પ્રત્યેની જાગૃતિ, પ્રતિબદ્ધતા અને કામ કરવાની કૌશલ્યલક્ષી સમજૂતી સાથે સહસંબંધ ધરાવે છે. તેના આધારે આ અભ્યાસમાં ફલિત થાય છે કે શિક્ષિત ઉત્તરદાતાઓમાં જાગૃતિ અનુભવ તથા કામ કરવાની વિશેષ ક્ષમતાથી તેઓએ ગ્રામીણ વિસ્તારના વિકાસમાં રસ્તા, વીજળી, આરોગ્ય, ખેતીમાં આધુનિકતા જેવા પાયાના કાર્યો કરેલા જણાયા હતા.

૪. અભ્યાસ હેઠળનાં ૬૭.૨૦% ઉત્તરદાતાઓ ખેતી અને ૨૨% પશુપાલન તથા ૭૭% ઉત્તરદાતાઓ પોતાનો વ્યવસાય અને નોકરી કરતાં જણાયા હતા. આમ્રપાલી મર્ચન્ટે (૧૯૯૮) માં અગાઉ થયેલા અસરકારક મહિલા સરપંચોના અભ્યાસમાં (૮૦%) મહિલા સરંપચો ખેતીનો વ્યવસાય કરતી હોવાનું નોધ્યું છે તેમજ કલ્પના શાહે (૧૯૬૩-૯૩:૧૩૮) અગાઉ કરેલા ગ્રામપંચાયતમાં મહિલા સભ્યોનું પ્રમાણ (૫૮%) હોવાનું નોધ્યું છે. આ બંને અભ્યાસોના તારણો પ્રસ્તુત અભ્યાસના તારણને મળતા આવે છે. અહીં વ્યવસાય અને તાલુકા પંચાયતની કામગીરી તપાસતા જણાય છે કે કેટલાક સભ્યોના જણાવ્યાનુસાર ખેતીના કામમાં વ્યસ્ત રહેવાને લીધે તેઓ તાલુકા પંચાયતની

કામગીરીને પૂરતો સમય અને પૂરતું લક્ષ આપી શકતા નથી. તેમની આવી વ્યાવસાયિક પાર્શ્વભૂમિકા તેમની કામગીરીને કાર્યદક્ષ બનાવવા માટે મહદ્અંશે બાધક બનતી જણાય છે.

૫. પ્રસ્તુત અભ્યાસનું અગત્યનું તારણ એ છે કે ૫૦.૮૦% ઉત્તરદાતાઓ અનુસૂચિત જનજાતિના તેમજ ૩૦.૮૦% ઉત્તરદાતાઓ સામાજિક અને શૈક્ષણિક રીતે પછાત જાતિના, ૧૫.૨૦% સામાન્ય જ્ઞાતિના, જ્યારે ૨.૫૦% અનુસૂચિત જનજાતિના તથા ૦.૮૦% ઉત્તરદાતાઓ મુસલમાન હોવાનું જણાય છે. વર્તમાન રાજકારણમાં પંચાયત ધારાસભા, લોકસભા વગેરેની ચૂંટણીમાં જ્ઞાતિ મહત્વની ભૂમિકા ભજવે છે. પ્રો. ઘુર્યે, શ્રીનિવાસ દુબે અને મજુમદાર વગેરે સમાજશાસ્ત્રીઓ પોતાના અભ્યાસમાં આ બાબતને સમર્થન આપે છે. અભ્યાસ હેઠળના આદિવાસી સમાજના કેટલાક સભ્યો પોતાના મતવિસ્તારના લોકોને મકાનની સહાય, વનબંધુ કલ્યાણ યોજનાનો લાભ, કૃષિક્ષેત્રે સહાય આપવાનું કાર્ય કર્યું હતું.

૬. અભ્યાસ હેઠળના બહુમતી ૯૫.૨૦% ઉત્તરદાતાઓ ચૂંટણી લડીને પંચાયતમાં પ્રવેશેલા જણાયા હતા, જ્યારે ૪.૮૦% બિનહરીફ ચૂંટાયેલા જણાયા હતા. જ્યોર્જ મેથ્યું (૧૯૯૪) પંચાયતીરાજ વ્યવસ્થામાં આંદોલન પરના કર્ણાટક રાજ્યના સ્થાનિક પંચાયતો પરના અભ્યાસમાં (૮૬%) ઉત્તરદાતાઓ ચૂંટણી લડીને આવ્યા હતા. અહી ચૂંટાવાની તરાહ અને પંચાયતની કામગીરીનો સહસંબંધ તપાસતા માલૂમ પડયું કે ચૂંટાઇને આવેલા સભ્યોમાં રાજકીય જાગૃતિ છે. તેઓ તાલુકા પંચાયતની કામગીરી જવાબદારીપૂર્વક ભજવતાં જણાયા હતા.

૭. અભ્યાસનું મહત્વનું તારણ એ છે કે ૨૭.૨૦% ઉત્તરદાતાઓ કાયદો અને શિક્ષણથી તથા ૨૬.૮૦૭ કૌટુંબિક જૂથબળથી, જયારે ૧૩.૨૦% ઉત્તરદાતાઓ રાજકીય જૂથબળથી અને ૧૨.૮૦% ઉત્તરદાતાઓ સ્વેચ્છાએ તેમજ ૧૦.૮૦% ઉત્તરદાતાઓ જ્ઞાતિના જૂથબળથી ૯.૨૦% જાહેરજીવનમાં રસના કારણે તાલુકા પંચાયતમાં જોડાયા હતા. સ્વેચ્છાએ અને રસના કારણે રાજકારણમાં સહભાગી ઉત્તરદાતાઓ સ્વતંત્ર રીતે કામગીરી કરતાં જણાયા હતા.

૮. પ્રસ્તુત અભ્યાસમાં ૫૮% ઉત્તરદાતાઓ સભ્યપદની કામગીરીનો સમયગાળો ઓછો ધરાવે છે, જયારે ૪૨% ઉત્તરદાતાઓ સભ્યપદની કામગીરીનો સમયગાળો બહોળા પ્રમાણમાં ધરાવે છે. બી.એચ.ભાર્ગવ (૧૯૭૯) અગાઉ કરેલા સ્થાનિક પંચાયતો પરના અભ્યાસમાં અડધા (૫૦%) સભ્યોને પંચાયતની કામગીરીનો અનુભવ નથી. આ અભ્યાસના તારણ પ્રસ્તુત અભ્યાસના તારણને અનુમોદન કરે છે. અહીં કેટલાંક બહોળાં પ્રમાણમાં સભ્યપદનો અનુભવ ધરાવતા ઉત્તરદાતાઓ તાલુકા પંચાયતની કામગીરી અસરકારક ભજવતાં માલૂમ પડયા હતા.

૯. અભ્યાસનું અગત્યનું તારણ એ છે કે બહુમતી ૬૭.૬૦% ઉત્તરદાતાએ। મિટિંગ વિશેની જાણકારી ધરાવતા હતા, જયારે ૩૮.૪૦% ઉત્તરદાતાઓ મિટિંગ વિશેની જાણકારી ધરાવતા નથી. આ જ બાબત ગોપાલસિંહ (૨૦૦૨-૧૪૩:૫૨) અગાઉ હરિયાણા રાજયનાં પંચાયતીરાજ સંસ્થાઓમાં નેતાઓની સામાજિક અને રાજકીય પાર્શ્વભૂમિકાના અભ્યાસમાં બહુમતી ૫૩% અભ્યાસના તારણો પ્રસ્તુત અભ્યાસના તારણનું સમર્થન કરે છે.

૧૦. સંશોધનમાં ૫૫.૨૦% ઉત્તરદાતાઓ તાલુકા પંચાયતની પ્રવૃત્તિ કે કાર્યક્રમમાં હાજરી આપતા નથી, જયારે ૪૪.૮૦% ઉત્તરદાતાઓ હાજરી આપતા જણાયા હતા. કારણ કે જિજ્ઞાસુ, રસ અને શિક્ષિત હોવાથી પ્રવૃત્તિ કે કાર્યક્રમમાં ભાગ લે છે. આ અનુભવ તેમને ભવિષ્યમાં ઉપયોગી બની રહેશે તથા પોતાને મળેલી ભૂમિકા ભજવવામાં સહાયક પુરવાર થશે.

૧૧. પ્રસ્તુત અભ્યાસમાં શિક્ષણના સ્તર પ્રમાણે ઉત્તરદાતાઓની જાણકારી તપાસતાં સ્પષ્ટ જણાય છે કે ઉચ્ચશિક્ષણ અને માધ્યમિક શિક્ષણ પ્રાપ્ત કરેલ સભ્યો તાલુકા પંચાયતની મીટિંગમાં સરકારી વિવિધ યોજનાઓ વિશે ઠરાવ, બજેટ જેવી મુખ્ય કામગીરી સક્રિય રીતે કરતા જણાયા હતા, જયારે નિરક્ષર સભ્યો પંચાયતની કામગીરી મહદ્અંશે કરતા જણાયા હતા.

૧૨. ૨૬% મહિલા સભ્યોના મતે તાલુકાપંચાયતમાં પુરૂષ સભ્યો પંચાયતના કામગીરી સંબંધી બાબતમાં તેમની સાથે સંઘર્ષમાં આવે છે. તેઓ સ્ત્રીઓના હાથ નીચે કામ કરવામાં માનસિક રીતે તૈયાર હોતા નથી. આજ બાબત ડૉ. હર્ષિદા પંડિતે નોધ્યું છે કે પુરૂષના સામાજીકરણમાં તેને આક્રમક બનવાનું, મહત્વકાંક્ષા સેવવાનું અને પ્રભુત્વ પ્રાપ્ત કરવાનું શીખવવામાં આવે છે. આવા સામાજીકરણને પરિણામે તેમનો સ્ત્રીઓ સાથેનો વ્યવહાર સ્પર્ધાત્મક અને સંઘર્ષભર્યો બની રહે છે. આવી પરિસ્થિતિ સ્ત્રીઓ માટે પંચાયતમાં ભૂમિકા ભજવણીમાં અવરોધક બને છે.

૧૩. સંશોધનમાં જ્ઞાતિના સંદર્ભમાં ઉત્તરદાતાઓના તાલુકા પંચાયતની કાર્યવાહી અને પદ્ધતિની જાણકારીનું વર્ગીકરણ કરતાં સ્પષ્ટ થાય છે કે કેટલાક આદિવાસી જાતિના સભ્યો પંચાયતની કાર્યવાહી

અને પદ્ધતિઓની જાણકારી ધરાવતા ન હતા. જે તાલુકા પંચાયતની કામગીરી ક્ષેત્રે બિનકાર્યક્ષમતા બતાવે છે, જયારે ઉચ્ચ જ્ઞાતિના કેટલાંક સભ્યો પંચાયતની કાર્યવાહી અને પદ્ધતિની જાણકારી ધરાવતા હતા. તેઓ સક્રિય છે તેવું સુચિત થાય છે.

૧૪. અભ્યાસમાં સમાવિષ્ટ બહુમતી (૭૨.૮૦%) ઉત્તરદાતાઓ તાલુકા પંચાયતની વહીવટને લગતી કામગીરી જાતે કરતા જણાયા હતા. તેઓના જણાવ્યાનુંસાર પંચાયતની કામગીરીમાં રસ, જાગૃતિ પોતાના મતવિસ્તારના લોકોના વિકાસ કરવાની ભાવના તથા લોકોની સમસ્યાને જાણીને ઉકેલ લાવવાનો પ્રયાસ કરતા હતા. જેઓ તાલુકા પંચાયતમાં સક્રિય ભૂમિકા ભજવતાં જણાયા હતા.

૧૫. પ્રસ્તુત અભ્યાસમાં શિક્ષણના સ્તર પ્રમાણે ઉત્તરદાતાઓના મતવિસ્તારના પ્રશ્નોની રજૂઆત પ્રમાણે વર્ગીકરણ કરતાં સ્પષ્ટ જણાય છે કે ઉચ્ચશિક્ષણ, માધ્યમિક શિક્ષણ મેળવેલ નોંધપાત્ર ઉત્તરદાતાઓ તાલુકા પંચાયતમાં પોતાનાં મતવિસ્તારના પ્રશ્નોની રજૂઆત કરતા જણાયા હતા, જયારે નિરક્ષર ઉત્તરદાતાઓ પોતાના મતવિસ્તારના પ્રશ્નોની રજૂઆત મહંદ્અંશે કરતા જોવા મળ્યા હતા. પરિણામે શિક્ષણનું સ્તર અને પ્રશ્નોની રજૂઆત વચ્ચે સંબંધ જોવા મળે છે.

૧૬. અભ્યાસ હેઠળની તાલુકા પંચાયતના વિસ્તારમાં લોકોની સમસ્યાઓનો શિક્ષણના સ્તર મુજબ તપાસતાં જણાય છે કે માધ્યમિક અને ઉચ્ચશિક્ષણ મેળવેલ સભ્યો પોતાના મતવિસ્તારમાં વસવાટ કરતાં લોકોની મુખ્ય સમસ્યાઓ જેવી કે જંગલની જમીનના પ્રશ્નો, ઔદ્યોગિક એકમોના અભાવ, શૈક્ષણિક

સુવિધાના પ્રશ્નોની જાણકારી ધરાવતા હતા, જ્યારે નિરક્ષર સભ્યો ગરીબી, બેરોજગારી વગેરે સમસ્યાઓની જાણકારી ધરાવતા હતા.

૧૭. અભ્યાસમાં નોંધપાત્ર ૪૮% ઉત્તરદાતાઓને ત્રણ વર્ષ કે તેથી વધુ વર્ષનો અનુભવ ધરાવતા હતા. જેઓ દહેજપ્રથા, અંધવિશ્વાસ જેવી આદિવાસી સમાજની મુખ્ય સમસ્યાની જાણકારી ધરાવતા હતા, જ્યારે ૦ થી ૭ વર્ષનો અનુભવ ધરાવતા ઉત્તરદાતાઓ ગ્રામીણ વિસ્તારની સામાન્ય સમસ્યાઓની જાણકારી ધરાવતા હતા.

૧૮. સંશોધનમાં બહુમતી (૭૨.૨૦%) ઉત્તરદાતઓ ગ્રામીણ વિસ્તારના વિકાસ માટે ગ્રાન્ટની મુશ્કેલી અનુભવે છે. આશીષ ભટ્ટ (૨૦૦૨:૧૫૩) લોકશાહી વિકેન્દ્રીકરણ અને આદિવાસી નેતૃત્વનાં અભ્યાસમાં (૯૭.૨૨%) ઉત્તરદાતાઓ ગ્રાન્ટની મુશ્કેલી અનુભવે છે. આ અભ્યાસના તારણો પ્રસ્તુત અભ્યાસના તારણને પ્રમાણિત કરે છે. પ્રસ્તુત અભ્યાસમાં કેટલાક ઉત્તરદાતાઓના જણાવ્યાનુસાર ગ્રામીણ અને આદિવાસી વિસ્તારના વિકાસના આયોજન મુજબ સરકારમાંથી પૂરતાં પ્રમાણમાં ભંડોળ મળતું નથી. તેથી ઈચ્છિત વિકાસમાં વિઘ્ન ઉભું થાય છે. આથી સભ્યો તાલુકા પંચાયતની કામગીરી યોગ્ય રીતે કરી શકતા નથી.

સૂચનો :

૧. સભ્યોને સભ્યપદના કાર્યો, તાલુકા પંચાયતના માળખા વિશે જાણકારી મળે તે માટે તાલીમ આપવી જોઈએ અને તે દ્વારા તેમનામાં જાગૃતિ લાવવી તે અનિવાર્ય છે.

૨. તાલુકા પંચાયત પોતાની રીતે વિવિધ ક્ષેત્રોમાંથી આવક પ્રાપ્ત થાય તે માટે સરકારી આવક સિવાય આવકનાં વિવિધ સ્ત્રોતો ઉભા કરવા જોઇએ.

૩. તાલુકા પંચાયતના વિસ્તારમાં શિક્ષણનો પ્રચાર-પ્રસાર કરવો આવશ્યક છે. જેથી લોકો આધુનિક મૂલ્યોના પરિવર્તનને આવકારે.

૪. અનુસૂચિત જનજાતિના નિમ્ન આર્થિક સ્થિતિ ધરાવતા સભ્યોની આર્થિક સ્થિતિ સુધરે તે માટે સરકારે તેમના માટે વેતનની અથવા તેમને આર્થિક સ્વતંત્રતા પ્રાપ્ત થાય તેવી વ્યવસ્થા કરવી જરૂરી છે.

૫. તાલુકા પંચાયતમાં વિસ્તારની વિકાસ યોજનાઓ લોકોના અભિપ્રાય મુજબ તેમની સમસ્યાઓના ઉકેલલક્ષી હોવા જોઇએ.

૬. સભ્યોને શિક્ષણ આપીને તેમના વૈચારિક અભિગમમાં પરિવર્તન લાવીને તેમનામાં રાજકીય અને માનસિક જાગૃતિ વિકસે તેવા પ્રયત્નો કરવા જોઇએ. કારણ કે માત્ર સંખ્યાત્મક ફેરફારથી ગુણાત્મક પરિવર્તન સંભવિત નથી.

૭. પછાત અને અનુસૂચિત જનજાતિના સભ્યો તાલુકાપંચાયતમાં સ્વતંત્ર રીતે નિર્ણયો લઇ શકે અને અસરકારક કામગીરી કરી શકે તે માટે તેમને પૂરતી સલામતી અને સુરક્ષા પૂરી પાડવી જોઇએ.

૮. ગ્રામીણ વિસ્તારના વિકાસમાં ઉત્તમ કાર્ય કરનાર કે ગ્રામીણ સમાજમાં સફળ નેતૃત્વ બજાવનાર સભ્યોને સમાજે, સરકારે અને સ્વૈચ્છિક સંગઠનોએ માન-સન્માન આપવું જોઇએ.

૯. આધુનિકરણ અને યંત્રવિજ્ઞાનના આ યુગમાં પુરૂષો અને મહિલાઓ અભિમુખ અને પ્રતિબદ્ધ થઇ શકે તે માટેના કૌશલ્યો વિકસે તે અંગે તાલીમનું આયોજન કરવું જોઇએ.

૧૦. સરકારે જે તાલુકાપંચાયતો પાસે આવકના સાધનો ટાંચા હોય તેવી પંચાયતોના વિસ્તારના વિકાસ માટે પર્યાપ્ત ગ્રાન્ટ આપવી જોઇએ.

સંશોધનના નવા ક્ષેત્રો :

પ્રસ્તુત અભ્યાસના આધારે સંશોધનના કેટલાંક નવા ક્ષેત્રો ફલિત થાય છે, જે નીચે મુજબ છે.

૧. વિકસિત તાલુકા પંચાયતોનો અભ્યાસ.

૨. જુદાં જુદાં પ્રદેશની તાલુકા પંચાયતોનો તુલનાત્મક અભ્યાસ.

૩. પંચાયતમાં ઉદ્‌ભવતું આદિવાસી નેતૃત્વનો અભ્યાસ.

www.ingramcontent.com/pod-product-compliance
Lightning Source LLC
Chambersburg PA
CBHW080323290526
45790CB00005B/2160
9781508712244